இஞ்சி, சுக்கு, கடுக்காய்

இஞ்சி, சுக்கு, கடுக்காய்

(ஆகஸ்ட் 2012 முதல் அக்டோபர் 2013 வரை எழுதியவை)

சாரு நிவேதிதா

எழுத்து
பிரசுரம்

Title : Inji Sukku Kadukka
Author's Name : Charu Nivedita

Published by Ezutthu Prachuram

Ezutthu Prachuram
(An imprint of Zero Degree Publishing)
No.75 & 76, I Floor, Kuppusamy Street,
Balaji Nagar, Padi,
Chennai - 600050

Website: www.zerodegreepublishing.com
E Mail id: zerodegreepublishing@gmail.com
Phone: 89250 61999

Ezutthu Prachuram First Edition : January 2026
ISBN : 978-93-90884-63-6
TITLE NO EP : 618

Rs. 180/-

Layout: G.Selvakumar
Cover Design: Vijayan, Creative Studio
Printed at Rathna Offset, Chennai, India

பொருளடக்கம்

முன்னுரை

இந்தத் தொகுப்பு என் அன்புக்குரிய நண்பர் ஸ்ரீராமின் உதவி இருந்திராவிட்டால் இப்போது வெளிவந்திருக்காது. இன்னும் பத்து இருபது ஆண்டுகள் கூட ஆகியிருக்கும். அவர் எனக்கு மிகப் பெரிய பலம், கொடுப்பினை. இந்தத் தொகுப்பில் உள்ளவை எல்லாம் என் இணைய தளத்தில் எழுதியவை. அவற்றைத் தொகுக்கும் பொறுமை எனக்கு இல்லை. ஸ்ரீராம்தான் அந்தப் பணியைச் செய்தார். என் எழுத்து இயக்கத்துக்கு அவரது பங்களிப்பு மிகவும் முக்கியமானது.

என்னுடைய அ-புனைவு எழுத்துகளை கட்டுரைகள் என்றே எல்லோரும் வரையறை செய்வார்கள். இந்தத் தொகுப்பு மட்டும் அல்ல; என்னுடைய எல்லா கட்டுரைத் தொகுப்புகளுமே கட்டுரை என்ற இலக்கணத்துக்குள் அடங்காதவை. உதாரணமாக, இந்தத் தொகுப்பில் *Lydia Davis* என்ற எழுத்தாளர் பற்றிய ஒரு சிறிய குறிப்பு வருகிறது. லிடியாவின் ஒரு குறுங்கதை இது:

என் தோழி என்னிடம் சொன்ன ஒரு கதை

ஒருநாள் என் தோழி தன் பக்கத்து வீட்டுக்காரர் பற்றிய ஒரு துயரமான கதையை என்னிடம் சொன்னாள். இண்டர்நெட்டில் *dating service* மூலமாக பக்கத்து வீட்டுக்காரருக்கும் இன்னொரு நபருக்கும் நட்பு ஏற்பட்டிருக்கிறது. அந்த நபர் பல நூறு மைல் தூரத்தில், வட கேரலினாவில் வசிப்பவர். அந்த இரண்டு ஆடவர்களும் தங்கள் புகைப்படங்களைப் பகிர்ந்து கொண்டார்கள். ஒருவருக்கொருவர் பிடித்துப் போயிற்று. இரண்டு பேரின்

ஈடுபாடுகளும் ஒன்றாக இருந்ததால் பல மணி நேரங்கள் பேசிக் கொண்டார்கள். பக்கத்து வீட்டுக்காரர் ஒரு அலுவலகத்தில் கணக்கர். அவருடைய புதிய நண்பர் ஒரு சிறிய கல்லூரியில் பொருளாதாரப் பேராசிரியர். சில மாதங்களில் ஒருவரை ஒருவர் காதலிக்கத் தொடங்கினார்கள். அதைத் தொடர்ந்து நேரில் சந்திக்கலாம் என்று முடிவு செய்து பக்கத்து வீட்டுக்காரர் வட கேரலினா கிளம்பினார்.

விமான நிலையத்திலும் விமானம் ஏறுவதற்கு முன்பும் பக்கத்து வீட்டுக்காரர் அவர் நண்பரோடு போனில் பேசினார். ஆனால் ஆச்சரியகரமாக, விமான நிலையத்தில் இறங்கிக் கூப்பிட்டால் நண்பரிடமிருந்து பதிலே இல்லை. விமான நிலையத்திலும் நண்பரைக் காணோம். என்ன நடந்திருக்கும் என்று பக்கத்து வீட்டுக்காரருக்கு ஏதேதோ யோசனைகள். நேராக நண்பர் கொடுத்திருந்த முகவரிக்குச் சென்றார். அழைப்பு மணியை அழுத்தினார். பதில் இல்லை. திரும்பத் திரும்ப அழுத்தினார். பதில் இல்லை. அப்போது அந்த நண்பரின் பக்கத்து வீட்டுக்காரர் வந்து "உங்களுக்கு விஷயம் தெரியாதா?" என்று துயரத்துடன் கேட்டார். என் தோழியின் பக்கத்து வீட்டுக்காரர் விமானத்தில் வந்து கொண்டிருக்கும்போதுதான் அவருடைய புதிய நண்பருக்கு ஹார்ட் அட்டாக் வந்து மருத்துவமனைக்குக் கொண்டு போகும் வழியிலேயே இறந்து விட்டிருக்கிறார்.

பக்கத்து வீட்டுக்காரர் போலீஸ் நிலையம் சென்று விஷயத்தை உறுதிப்படுத்திக் கொண்டு பிறகு பிணவறைக்குப் போய் தான் பார்க்க நினைத்திருந்த - இதுவரை பார்த்தேயிராத தன் ஆருயிர்க் காதலனை முதல் முறையாகப் பார்த்தார், பிணமாக.

★★★

இப்படிப்பட்ட ஏராளமான சம்பவங்கள் நிறைந்ததே என் கட்டுரைகள். அதனால் என் அ-புனைவு எழுத்துகளை அதன் சரியான அர்த்தத்தில் அ-புனைவாகவும் கொள்ள முடியாது; புனைவாகவும் எடுத்துக் கொள்ள இயலாது. அந்த வகையில் இந்த நூலையும் உங்கள் வாசிப்புக்குத் தருவதில் மகிழ்ச்சி அடைகிறேன்.

சாரு நிவேதிதா

சாந்தோம்,
13.2.2021.

இசை சூழ்ந்த ஊர்

நாகூர் மற்றும் தஞ்சாவூர், திருச்சி - அதாவது, காவிரி டெல்ட்டா பகுதிகள் பற்றி நான் எழுத விழைவதன் காரணம் - மதுரை, திருநெல்வேலி, நாகர்கோவில், சென்னை என்று ஒவ்வொரு பிராந்தியத்துக்கும் ஒவ்வொரு பிரத்யேகமான மொழியும் கலாசாரமும் இருப்பது போல் தஞ்சாவூர் மாவட்டத்துக்கும் உண்டு. அது 40, 50 ஆண்டுகளுக்கு முன்பு தி. ஜானகிராமன், தி.ஜ. ரங்கநாதன், எம்.வி. வெங்கட்ராம், கரிச்சான் குஞ்சு, கு.ப. ராஜகோபாலன் என்று பலருடைய எழுத்தின் வழியாக இலக்கியத்தில் பதிவு செய்யப்பட்டது. இவர்கள் அனைவருமே கும்பகோணத்தைச் சேர்ந்தவர்கள்.

இதேபோல் நாகூருக்கு என்றே தனித்துவமான ஒரு கலாச்சாரமும் மொழியும் உணவுப் பழக்கமும் இருக்கிறது. ஆனால், துரதிர்ஷ்டவசமாக அது பெரிய அளவில் இலக்கியத்திலோ சினிமாவிலோ பதிவு பெறவில்லை. மதுரை பற்றி நூறு படங்கள் வந்திருந்தாலும் நாகூர் பற்றி எதுவும் வந்ததில்லை.

என் வாழ்க்கைக்கு அடித்தளமாக அமைந்து என்னை வளர்த்து உருவாக்கியது நான் வளர்ந்த நாகூர்தான். பல ஊர்களில் இன்று காலம் சுழன்று ஓடி, பல மாற்றங்களை ஏற்படுத்தி இருந்தாலும், நாகூர் தன்னளவில் சிறிது அளவேதான் மாற்றங்களைக் கண்டிருக்கிறது. நாங்கள் வசித்து வந்தது ஒரு குடிசைப் பகுதி.

எப்போதும் கலகலப்புடன் இருக்கும். எங்கள் வீட்டுக்குப் பக்கத்தில் இருந்த நாட்டுத் தொடக்கப் பள்ளியில்தான் என்னுடைய ஆரம்பப் படிப்பு இருந்தது. நாங்கள் வசித்த தெருவின் பெயர் கொசத் தெரு. அதை அறிவிக்கும் போர்டு, தகரம் என்ற ஒரு உலோகம் கண்டுபிடிக்கப்பட்ட காலத்தில் செய்யப்பட்டு இருக்கும் என்று நினைக்கிறேன். என்னுடைய எக்ஸைல் நாவலில் நாகூரைப் பற்றி எழுத அந்தத் தெருவுக்குச் சென்றபோது, இன்னமும் அதே இடத்தில் அந்த போர்டு இருப்பதைப் பார்த்து ஆச்சர்யப்பட்டேன்.

எங்கள் ஊர் அனுதினமும் இசைச் சங்கமத்தில்தான் தத்தளிக்கும். காலையில் எழுந்தவுடன் தர்ஹாவில் இசை ஒலிக்கும். அதைப்போல அழகான ஷெனாய் வாத்திய இசையும் கேட்கும். இந்த இசையைக் கேட்டுக்கொண்டே காலையில் எழுந்திருப்பதற்குக் கொடுப்பினை வேண்டும். உலகில் நான் கண்ட பலவிதமான பாடல்களில் ஹனீஃபாவின் பாடல்களுக்கு எப்போதும் தனி இடம் உண்டு.

கடல் காற்றின் சப்தம், இரவில் கொத்துப் புரோட்டா போடும்போது எழும் ஓசை என எப்போதும் எங்கள் ஊரைச் சுற்றி பலவிதமான இசை சூழ்ந்தே இருக்கும். நான் பல ஊர்களில் கொத்துப் புரோட்டா போடுவதைப் பார்த்திருக்கிறேன். நாகூரைத் தவிர வேறு எங்கும் கொத்துப் புரோட்டாவில் அப்படி ஒரு சுவையை ருசித்தது இல்லை. மதுரைக்கு எப்படி ஒரு சிறப்பான உணவுக் கலாச்சாரம் இருக்கிறதோ, அதேபோல் நாகூருக்கும் உண்டு.

முத்தமிழும் கலந்த கலாச்சாரத்தை நாகூரில் பார்க்கலாம். உலக அளவில் வீரியமான கலாச்சாரமும் நாகூரில்தான். எங்கள் ஊரில் சொல்லி வைத்ததுபோல் எல்லோரும் இனிமையாகப் பாடுவார்கள். புரோட்டா மாஸ்டரில் இருந்து பெண்கள் உட்பட பலரும் இரவு நேரம் ஆகிவிட்டால், இசைச் சங்கமத்தில் ஒன்றாகக் கலந்து விடுவார்கள்.

காலங்காலமாக நாகூரில் கிட்டத்தட்ட 200 புலவர்களுக்கு மேல் வசித்து பல வரலாற்று நூல்கள், கவிதைகள், பாடல்கள் என பல அரிய படைப்புகளை இயற்றியிருக்கிறார்கள். அதனால் நாகூருக்கு புலவர் கோட்டை என்ற இன்னொரு பெயரும் உண்டு. மறைமலை அடிகளுக்கு ஆசிரியராக இருந்தவர் நாகூரைச் சேர்ந்தவர்தான். கிட்டத்தட்ட 10,000 பாடல்களுக்கு மேல் நாகூரில் இருந்து

இயற்றப்பட்டு வெளிவந்து இருக்கிறது. பாட்டைப் போலவே நாடகத்திற்கும் பிரபலம் நாகூர். தூயவன், அக்பர், கவிஞர் சலீம் எனப் பல படைப்பாளிகள் நாகூரில் இருந்து வந்தவர்கள்தான்.

நாகூர் தர்ஹாவை எல்லோருக்கும் தெரியும். எனக்கு ஏதாவது மனக் குழப்பம், கஷ்டம் வந்தால் தர்ஹாவுக்குச் சென்று அமர்ந்துவிடுவேன். உடனே மனம் ஆறுதல் அடைந்து விடும். அதேபோல் அங்கு குளுந்த மண்டபம் என்ற ஒன்று இருக்கிறது. ஏ.சி. போட்டால்கூட அப்படி ஒரு இதமான காற்று வராது. குளிர் காற்று, கூட்டமான புறாக்கள் என அந்த இடமே பார்க்க ரம்மியமாக இருக்கும்.

மூன்று மதங்களும் ஒன்றாகச் சேர்ந்த கலாச்சாரத்தை நாகூரில் காணலாம். தர்ஹா, சிவன் கோயில், சர்ச் என மூன்றுமே பிரபலம். நாகூரிலிருந்து இடப்பக்கம் பத்து கி.மீ. சென்றால் ஃப்ரெஞ்ச் கலாச்சாரத்தின் காரைக்கால். தெருவெங்கும் தேவாலயங்கள். வலப்பக்கம் பத்து கி.மீ. சென்றால் வேளாங்கண்ணி மாதா கோவில். இப்படி மத வித்தியாசம் இல்லாமல் மரபை உடைத்து நான் எழுத முடிந்ததற்குக் காரணம், நாகூரில் சிறுவயதில் வாழ்ந்து பதிந்த உணர்வுகள்தான். 40 ஆண்டுகள் கழித்து நாகூரைப் பற்றி எக்ஸைல் நாவலில் எழுதுவதற்காக அங்கே சென்று இருந்தேன். 40 ஆண்டுகளுக்கு முன்னர் எப்படி இருந்ததோ அதேபோல் இன்னமும் ஒரு குந்துமணி மாறாமல் இருந்தது நாகூர்.

★★★

பேரழகிகள் அணியும் ஆடை

இதைத் தாய்லாந்தில் இருந்து எழுதுகிறேன். குறிப்பாகச் சொன்னால் புக்கட் தீவு. தாய்லாந்துக்கு வரும் சுற்றுலாப் பயணிகளில் கணிசமான எண்ணிக்கையில் இருக்கிறார்கள் தமிழர்கள். காரணம், தமிழர்களின் பாலியல் வறுமை. மற்றொரு காரணம், தாய்லாந்தில் விபச்சாரம் கொடிகட்டிப் பறக்கிறது என்ற நம்பிக்கை. இந்த முறை என் தாய்லாந்துப் பயணத்தில் இந்தக் கருத்து மிகவும் தவறானது என்பதைத் தெரிந்துகொண்டேன்.

பாங்காக்கில் பட்பாங்க் என்ற ஒரு இடம் மட்டும்தான் சிவப்பு விளக்குப் பகுதியாக இருக்கிறது. மற்றபடி எல்லா ஊர்களிலும் நாம் பார்க்கக்கூடிய அதே வாழ்க்கையைத்தான் தாய்லாந்து குடிமக்களும் வாழ்ந்து கொண்டிருக்கிறார்கள்.

நேற்று காலையில் நான் பாங்காக்கில் இருந்து கிளம்பி தாய்லாந்தின் தெற்குப் பகுதியில் உள்ள புக்கட் தீவுக்கு வந்தேன். உங்களில் சிலர் புக்கட்டுக்கு வந்திருக்கலாம். ஆனால், பொதுவாக தாய்லாந்து வரும் தமிழர்கள் சென்றிருக்காத ஒரு தீவுக்கு இன்று சென்றேன். *Yao Noi* என்பது அந்தத் தீவின் பெயர். (உச்சரிக்கும்போது யாவோ என்று சொல்லக்கூடாது. யாவ் என்பதே இவர்களின் உச்சரிப்பு. இதன்படி, லாவோஸ் என்பதும் தப்புதான். லாவ் என்றே இங்குள்ளவர்கள் உச்சரிக்கிறார்கள்). தாய்லாந்துக்காரர்களுக்கு 'ர' என்ற உச்சரிப்பே

வரவில்லை. ரைஸை லைஸ் என்கிறார்கள். ராமகிருஷ்ணன் என்பதை லாமகிருஷ்ணன் என்கிறார்கள். தாய்லாந்தின் மன்னரின் பெயர் ராமா. ராமா 1, ராமா 2 என்று நம்பர் அடிப்படையில் போய்க்கொண்டு இருக்கிறது. மன்னரின் பெயரை லாமா என்றே உச்சரிக்கிறார்கள். (அதிகம் மீன் சாப்பிட்டால் ஆர் வராதோ?)

யாவ் நாய் என்பது இந்தப் பூலோகத்தின் சொர்க்கம். உலகின் அதி அற்புதமான தீவு என்று பட்டியலிட்டு இருக்கிறார்கள். நம்மைப்போல் இவர்களே சொல்லிக்கொள்ளவில்லை. சர்வதேச அளவில் அப்படிச் சொல்லப்படுகிறது. அந்த விஷயம்கூட யாவ் நாய் மக்களுக்குத் தெரிந்திருக்காது. மனிதனாகப் பிறந்த ஒவ்வொருவரும் பார்த்து அனுபவிக்கவேண்டிய அற்புதம் இந்தத் தீவு. இங்கே மதுவும் விபச்சாரமும் தடை செய்யப்பட்டு இருக்கிறது. தாய்லாந்தை விபச்சார தேசம் என்று சொல்பவர்களுக்கு இந்த விஷயம் தெரியுமா? இந்தத் தீவின் கடலில் யாரும் குளிக்கக் கூடாது. கடலில் அலையே கிடையாது. ஏதோ தவத்தில் இருக்கும் முனிவனைப்போல் அலையே இல்லாமல் நிசப்தமாக இருக்கிறது கடல். நீல நிறக் கடல். கடல் நீர் பளிங்கைப்போல் இருப்பதால் நீரில் அலையும் வண்ண வண்ண மீன்களைப் பார்க்க முடிகிறது.

யாரும் இங்கே குப்பை போடக்கூடாது. பெண்கள் நாகரிகமான உடையே அணிந்திருக்க வேண்டும். இவ்வளவுக்கும் காரணம், இங்கே வசிப்பது முஸ்லீம்கள். தாய்லாந்தின் தென்பகுதி முழுவதுமே முஸ்லீம்கள் வாழ்வதால் தாய்லாந்தின் மற்ற பகுதிகளில் பார்ப்பதைப்போல் பெண்களை அரைகுறை ஆடையில் பார்க்க முடியவில்லை.

தாய்லாந்துப் பெண்கள் பெரும் அழகிகள். என்ன அர்த்தம் என்றால், ஒரு சாதாரணமான உணவு விடுதியில் வேலை செய்யும் பெண் கூட பேரழகியாக இருக்கிறாள். ஆனால், பெண்களின் ஆடைதான் ஆபாசமாக இருக்கிறது. இரண்டே இரண்டு இஞ்ச்சுக்கு, கீழே ஒரு நிக்கர். மேலே அதே மாதிரி ஒரு சட்டை. பலருக்கும் நிக்கரே தெரியவில்லை. வெறும் சட்டை மட்டுமே தெரிகிறது. பாங்காக் பூராவும் உணவு விடுதிகளில் பணி புரியும் பெண்களின் ஆடை இதுதான்.

மிகக் கடுமையான உடல் உழைப்பில் ஈடுபட்டிருக்கும் இந்தப் பெண்கள், டாக்ஸி டிரைவர் வேலையைத் தவிர மற்ற எல்லா

வேலைகளையும் செய்கிறார்கள். ஆனாலும் எனக்குப் பெரும் பிரச்சினையாக இருந்தது இவர்களின் உடை. ஏன் இப்படி இவர்கள் தங்கள் உடம்பைக் காண்பிக்க வேண்டும்? ஆண்கள் எல்லாம் நாகரிகமாகத்தானே உடை அணிகிறார்கள்? "தாய்லாந்துப் பெண்கள் மட்டும் அல்ல; உலகம் பூராவுமே இளம்பெண்கள் இப்படித்தான் உடை அணிகிறார்கள்" என்றார் என் நண்பர்.

நண்பர் சொன்னது உண்மை என்று, இன்றைய தினம் ஆட்களே வசிக்காத பல தீவுகளைப் பார்த்துவிட்டு புக்கெட்டுக்குத் திரும்பி வரும்போது படகில் தெரிந்துகொண்டேன். அந்தப் பெரிய மின்சாரப் படகில் 40 பேர் இருந்தார்கள். அதில் சரிபாதி பெண்கள். லெபனான், இங்கிலாந்து, ஸ்பெய்ன், ஃப்ரான்ஸ், ஜப்பான், சீனா போன்ற நாடுகளைச் சேர்ந்த பெண்கள். யாவ் நாய் தீவில் சுற்றுலாப் பயணியாக வரும் பெண்கள்கூட உள்ளூர் கலாச்சாரத்தை மதித்து ஒழுங்காக ஆடை அணிய வேண்டும் என்பதால் அந்தத் தீவில் பயணிகளே இல்லை. போகட்டும். படகுக் கதைக்கு வருகிறேன்.

அந்தப் படகில் இருந்த அத்தனை பெண்களுமே கொஞ்சமும் லஜ்ஜை இல்லாமல் மிக அசிங்கமாக ஆடை அணிந்து இருந்தார்கள். அரச இலை சைஸில் கீழே ஒரு உள்ளாடை. மேலே ஒரு ரிப்பன்தான் மார்க் கச்சை. அது மட்டும் அல்ல. யாரைப் பற்றியும் எந்தக் கவலையும் இல்லாமல் மிக மிக இயல்பாக பப்பரக்கா என்று சகல போஸ்களிலும் அமர்ந்திருந்தார்கள் அவர்கள். நீங்களே புரிந்துகொள்ள வேண்டும். இதற்கு மேல் என்னால் எழுத முடியாது. எனக்கு இது பெரும் அதிர்ச்சியாக இருந்தது.

"சமூகம் மட்டும் அனுமதி கொடுத்தால் உலகில் எல்லாப் பெண்களுமே இப்படித்தான் உடை அணிவார்கள்" என்றார் நண்பர். இதில் கவனிக்க வேண்டிய முக்கியமான விஷயம், படகில் இருந்த ஆண்கள் 20 பேரும் நாகரிகமாக உடம்பை மூடி இருந்தோம். தங்கள் உடம்பை இந்த அளவுக்குக் காண்பிக்க வேண்டும் என்று ஏன் பெண்களுக்கு மட்டும் தோன்றுகிறது?

படகில் இன்னொரு விஷயமும் நடந்தது. காலை ஒன்பதரை மணியில் இருந்து மாலை ஐந்து மணி வரை எங்களை அந்த சமுத்திரத்தில் பத்திரமாகப் பயணம் செய்ய வைத்து, சொர்க்கம்

என்று சொல்லத்தக்க பல்வேறு தீவுகளைக் காண்பித்த படகின் டிரைவருக்கு டிப்ஸ் கேட்டார் படகின் நடத்துரான பெண். என்னையும் என் நண்பரையும் தவிர, வேறு யாருமே ஒரு தம்பிடிகூடக் கொடுக்கவில்லை. என் நண்பர் ஒரு தமிழர். கலி முற்றி விட்டது என்கிறார்களே, அது இதுதானா? உலகமே மனிதாபிமானம் அற்ற மக்கள் கூட்டமாக மாறிக்கொண்டு இருப்பது தெரிகிறது. அந்தப் பெண் மிகவும் வருத்தத்துடன் தன் உடைந்த ஆங்கிலத்தில் சொன்னாள். “மற்ற எல்லாவற்றுக்கும் செலவு செய்கிறீர்கள். குடிக்கிறீர்கள். ஆடம்பரமான பொருட்களை வாங்குகிறீர்கள். ஆனால், உழைக்கும் மக்களுக்கு ஒரு பாட் (தாய்லாந்து பணம்) செலவழிக்கத் தயங்குகிறீர்கள்.”

அப்படிச் சொல்லியும் அவர்களிடம் எந்த மாற்றமும் இல்லை. நாகூரில் பிறந்து வாழ்ந்ததாலோ என்னவோ எனக்கு யாவ் நாய் தீவில் இருந்தபோதுதான், என் சொந்த ஊரில் இருப்பதுபோல் இயல்பாக இருந்தது.

★★★

மௌனியின் கொள்ளுப் பேத்தி

சென்னையில் ராஜா அண்ணாமலைபுரத்தில் என் நண்பரைப் பார்க்கச் செல்லும்போதெல்லாம் மௌனியின் கொள்ளுப் பேத்தியைப் பார்க்கிறேன். ரைஸ் மில் ஐயர் என்றும், மணி ஐயர் என்றும் சிதம்பரத்தில் அழைக்கப்பட்ட மௌனியின் பேரனும் மௌனியின் மருமகளும் அங்கே வசிக்கிறார்கள். ஒருநாள் என்னைப் பார்த்து ஹாய் சொன்ன அந்தக் குட்டிப் பெண்ணிடம், "உன் கொள்ளுத் தாத்தாதான் என் குருநாதர்" என்று சொன்னேன். திருதிருவென்று விழித்தாள். அவளுக்குத் தன் கொள்ளுத் தாத்தா ஒரு மாபெரும் எழுத்தாளர் என்று தெரியாது.

★★★

நீலம் புயல்

நீலத்தின் கோரப்பிடியில் சென்னை நகரம் சிக்கிக்கொண்டிருந்த நிலைமையிலும் நான் வளர்க்கும் பப்பு, ஸோரோ என்ற இரண்டு நாய்களுக்காக வழக்கம்போல் எனக்கு நடுக்குப்பம் மீன் மார்க்கெட்டுக்குப் போகவேண்டி இருந்தது. ஆச்சர்யம் என்னவென்றால், மீனே கிடைக்காது என்று நினைத்துக்கொண்டு போனால் அங்கே சில கடைகள் இருந்தன. மீன்களும் புதிதாக இருந்தன. இந்தப் புயலிலும் மீன் பிடிக்கப் போவார்களா? இந்தக் கேள்வி எனக்கு இன்று, நேற்று அல்ல; நினைவு தெரிந்த நாளிலிருந்தே இருந்துவருகிறது.

★★★

வீட்டில் வளரும் வண்ண மீன்களோடு பேசுவதும் மனதுக்கு இதம் தரும் விஷயம்தான். வீட்டில் மீன் வளர்ப்பது அவ்வளவு சாதாரணமான விஷயம் அல்ல. ஆயிரக்கணக்கான வண்ண மீன்கள் இருக்கின்றன. ஒரு பெரிய அக்வேரியத்துக்குச் சென்றால் அதை நீங்கள் காணலாம். கடவுளைவிட மகத்தான ஓவியன் யாரும் இருக்க முடியாது என்பதை அப்போது உணர முடியும். அத்தனை வண்ணங்கள்; அத்தனை டிஸைன்கள்.

★★★

மலேஷியப் பயணம்

மலேஷியப் பயணம் இனிதே முடிந்து நேற்று இரவு சென்னை வந்து சேர்ந்தேன். முதலில் இந்தப் பயணத்துக்குக் காரணமாக அமைந்த திருமாறனுக்கு நன்றி. மேலும், பாலமுருகன், சிவா, சுவாமி பிரம்மானந்த சரஸ்வதி, தயாஜி, பாண்டியன், டாக்டர் முல்லை ராமையா மற்றும் நண்பர்களுக்கும் என் நன்றி. சுவாமிஜியின் ஆசிரமத்தில்தான் இரண்டு தினங்கள் தங்கியிருந்தேன். சுவாமிஜியின் அன்பு மறக்கவே முடியாதது. அவரே எனக்கு தோசையும் காப்பியும் போட்டுக் கொடுத்தார். தோசைக்கும் காப்பிக்கும் பிறகு நீண்ட நேரம் உரையாடிக் கொண்டிருந்தோம். ஆசிரமத்தில் அடியேன் சிறியதொரு ஆன்மீகச் சொற்பொழிவும் ஆற்றினேன். இலக்கியம் அறிந்த சந்நியாசி.

மேற்கூறிய நண்பர்களின் உதவி இருந்திராவிட்டால் இந்த அளவுக்கு மலேஷியாவைச் சுற்றி அறிந்திருக்க முடியாது. பட்டர்வொர்த் ஆல்பர்ட் மற்றும் அவரது போலீஸ் நண்பர் கணேசன் ஆகியோரின் அன்பையும் மறக்க இயலாது. கணேசன் சொன்ன மலேஷிய போலீஸ் கதைகள் இன்னொரு ராஸ லீலா அளவுக்கு வரும்.

பொதுவாக நான் எந்த நாட்டுக்குப் போனாலும் அங்கே உள்ள இசைக் கலைஞர்களைப் பற்றி அறிந்து கொள்ள முயற்சிப்பேன். ஆனால் மலேஷியத் தமிழ் நண்பர்களோடு பழகிச் சுற்றியதில் இளையராஜா, ஹாரிஸ் ஜெயராஜ் போன்ற இசைஞானிகளை

மட்டுமே அறிந்து கொள்ள முடிந்தது. இதுதான் நமக்குத் தமிழ்நாட்டிலேயே தெரியுமே, இவர்களெல்லாம் மலாய் மற்றும் சீன மக்களோடு கலந்து வாழ்கிறார்களே, இவர்கள் மூலம் சீன, மலாய் இசைக் கலைஞர்களைப் பற்றித் தெரிந்து கொள்ள நல்ல வாய்ப்பு என்று நினைத்தால் அது நடக்கவில்லை. மலேஷியத் தமிழர்களிடம் சீன, மலாய் கலாச்சாரக் காற்றே படவில்லை என்று தெரிந்து விசனப்பட்டுக் கொண்டிருந்த போதுதான் திருமாறன் *Reshmonu*-வை அறிமுகப்படுத்தினார். திருமாறன் அப்படி ஒரு மலேஷியப் பாடகரை அறிமுகப்படுத்தியதன் காரணம், திருமாறன் ஒரு எழுத்தாளர் அல்ல என்பதும் அவர் ஒரு இளைஞர் என்பதும்தான். ரேஷ்மோனுவின் பாடலை நூற்றுக்கணக்கான முறை கேட்டு விட்டேன்; அலுக்கவே இல்லை.

மலேஷியப் பாடகரான ரேஷ்மோனுவைக் கேட்டுக் கொண்டிருந்த போது சில மலேஷியத் தமிழ்ப் பாடகர்களையும் அறிந்து கொள்ள முடிந்தது. அவர்களில் என்னை மிகவும் கவர்ந்த பாடகர் திவ்யா. திவ்யாவின் குரலில் ஏதோ ஒரு இனம் புரியாத வசீகரம் இருக்கிறது. *இனி வேண்டாம்* என்ற இந்தப் பாடலில் வரும் வயலின் இசை *Tory Lanez*-இன் *Violins* என்ற பாடலிலிருந்து அப்படியே உருவப்பட்டது. இருந்தாலும் இப்படிப்பட்ட உருவல்களை நாம் இந்திய சினிமா உலகிலும் பார்க்க முடிகிறது. இசைத் துறையில் இதெல்லாம் சகஜமாக நடந்து கொண்டிருப்பதால் இது பற்றிக் கவலைப்பட முடியாது. மேலும், இப்படிப்பட்ட *copycat* விஷயத்தினால் இந்திய சினிமா இசையின் மற்ற சாதனைகளை நாம் மறுத்து விடவும் முடியாது. திவ்யாவின் குரல் அருமை. ரேஷ்மோனு அளவுக்கு இல்லாவிட்டாலும்.

★★★

எக்ஸிஸ்டென்ஷியலிஸமும் ஃபேன்ஸி பனியனும் & எக்ஸைல்

எக்ஸிஸ்டென்ஷியலிஸமும் ஃபேன்ஸி பனியனும் என்ற என்னுடைய முதல் நாவலின் மலையாள மொழிபெயர்ப்பு *கலா கௌமுதி* என்ற பத்திரிகையில் தொடராக வந்து கொண்டிருக்கிறது. *கலா கௌமுதி* மலையாளத்தின் புகழ்பெற்ற இலக்கியப் பத்திரிகை. இது ஒரு வாரப் பத்திரிகை என்பதும் நம் கவனத்துக்குரிய விஷயம். மேலும், இதன் ஸர்க்குலேஷன் ஒரு லட்சம் என்பதிலிருந்து மலையாளிகளின் இலக்கிய வாசிப்பு பற்றித் தெரிந்து கொள்ளுங்கள்.

கலா கௌமுதியில் நான் கடந்த பத்து ஆண்டுகளுக்கும் மேலாக எழுதிக் கொண்டிருக்கிறேன். *ராஸ லீலா* நாவலே *கலா கௌமுதியில்*தான் இரண்டு ஆண்டுகள் தொடராக வந்தது. மலையாளத்தில் இரண்டு ஆண்டுகள் தொடராக வந்த பிறகுதான் அந்த நாவல் தமிழ்நாட்டில் புத்தக வடிவம் பெற்றது. இதெல்லாம் தமிழர்கள் நினைத்துப் பெருமை கொள்ள வேண்டிய விஷயம் இல்லையா? தமிழில் எழுதப்படும் ஒரு நாவல் தமிழில் வெளிவரும் சாத்தியமே இல்லாமல் அதை மலையாளத்தில் மொழிபெயர்த்து ஒரு பத்திரிகை இரண்டு ஆண்டுகள் தொடராக வெளியிடுகிறது. அந்த நாவல் எழுதப்பட்ட மொழியான தமிழ்

புழக்கத்தில் இருக்கும் தமிழ்நாட்டில் இரண்டு ஆண்டுகளுக்குப் பிறகு புத்தகமாக வெளிவந்து சில நூறு பேரால் படிக்கப்பட்டது நமக்கெல்லாம் பெருமைக்குரிய விஷயம்தானே?

ராஸ லீலா தவிர *கலா கௌமுதி*யில்தான் என்னுடைய ஆறு சினிமா புத்தகங்களையும் *ஆஸாதி ஆஸாதி ஆஸாதி* போன்ற நூற்றுக்கணக்கான அரசியல் கட்டுரைகளையும் தொடராக எழுதி வந்தேன். பத்து ஆண்டுகளுக்கும் மேலாக இடைவெளியே இல்லாமல் *கலா கௌமுதி*யில் என் எழுத்து வெளிவந்து கொண்டிருக்கிறது. அதற்காக அந்தப் பத்திரிகைக்கு நான் நன்றி சொல்லிக் கொள்கிறேன்.

இப்போது *கலா கௌமுதி*யில் *எக்ஸிஸ்டென்ஷியலிஸமும் ஃபேன்ஸி பனியனும்* என் நண்பர் ஜெயேஷின் மொழிபெயர்ப்பில் வந்து கொண்டிருக்கிறது. மொழி சிறப்பாக இருப்பதாக எல்லோரும் சொல்கிறார்கள்.

அடுத்து, ஜெயேஷின் மொழிபெயர்ப்பில் *எக்ஸைலும்* இன்னொரு பிரபலமான மலையாளப் பதிப்பகத்தின் மூலம் வெளிவருகிறது. ஆறே மாதத்தில் மொழிபெயர்ப்பை முடித்து விட்டார் ஜெயேஷ்.

தமிழில் முப்பது ஆண்டுகளுக்கு முன்பு எழுதப்பட்ட என்னுடைய நாவல் இப்போது மலையாளப் பத்திரிகையில் தொடராக வருவது எனக்குள் ஒரு மயக்கத்தை ஏற்படுத்துகிறது. முள்ளை முள்ளால்தான் எடுக்க வேண்டும் என்பதால் இதன் பொருட்டு ஒரு சந்திப்பை ஏற்பாடு செய்யலாமா என்று யோசிக்கிறேன்.

★★★

ஒரு நற்செய்தி

சில மாதங்களாகவே சாருஆன்லைனில் அவ்வளவு அதிகமாக நான் எழுதுவதில்லை என்பதை நீங்கள் கவனித்திருக்கலாம். இது சம்பந்தமாக கோபக் கடிதங்கள் அவ்வப்போது எனக்கு வருவதுண்டு. அராத்து போன்ற நண்பர்கள் கூட நேரில் இது பற்றித் திட்டுவதுண்டு. பதிலுக்கு சிரிப்பதோடு சரி. நான் அமைதியாக இருக்கிறேன் என்றால் ராப்பகலாக வேலை செய்து கொண்டிருக்கிறேன் என்று பொருள்.

இரண்டு தினங்களாக வாக்கிங் கூட போகாமல் - புயல் அடித்த தினங்களில் கூட வாக்கிங்கை நிறுத்தியதில்லை - கோணல் பக்கங்கள் நூலை பிழை திருத்தம் செய்து கொண்டிருந்தேன். என் நூல்களை மற்றவர்கள் பிழை திருத்தம் செய்வது சாத்தியப்படாது. அந்நிய மொழிச் சொற்கள் அவ்வளவு அதிகமாக இருக்கும். அந்த நூலைப் படித்த போது ‘இதை ஒரு மனிதனால் எப்படி எழுத முடிந்தது?’ என்றே நான் ஆச்சரியப்பட்டேன். இப்படி எழுதுவதற்காக மன்னியுங்கள். பத்து ஆண்டுகளுக்கு முன் விகடன் இணையதளத்தில் எழுதிய கட்டுரைகள் அவை. என்னுடைய ஆயுள் கால வாசிப்பு அனுபவத்தையும், பயண அனுபவத்தையும் அப்படியே சாறு பிழிந்து கொடுத்திருக்கிறேன். அதில் நீங்கள் பயணம் செய்ய உங்களுக்கு ஒரு ஆயுள் போதாது. ஏனென்றால் அவ்வளவு நூல்கள், திரைப்படங்கள், இடங்கள் பற்றி எழுதியிருக்கிறேன். சிங்கப்பூரிலிருந்து ஒரு மணி நேரம்

படகில் போனால் வரும் Bintan தீவைப் பற்றி ஒரு கட்டுரை. இப்படி ஏராளம் உள்ளது.

நேற்று என்னைச் சந்தித்துப் பேசுவதற்காகவே ஸாஹித்ய ப்ரவர்த்தக கோஆபரேட்டிவ் ஸொஸைட்டி என்ற புத்தக வெளியீட்டு நிறுவனத்தினர் கோட்டயத்திலிருந்து வந்திருந்தனர். மலையாளப் பதிப்பகம். எக்ஸைல், எக்ஸிஸ்டென்ஷியலிஸமும் ஃபேன்ஸி பனியனும் ஆகிய இரண்டு நூல்களும் அந்தப் பதிப்பகத்திலிருந்து ஜனவரி முதல் வாரம் வெளி வருகிறது. Pre paid ராயல்டி என்று கையோடு பணத்தைக் கொடுத்து விட்டார்கள். ”வேறு ஏதேனும் உங்கள் விருப்பம்?” என்று கேட்டார்கள். எனக்குப் பணத்தின் மீது ஆசை கிடையாது. இனி புத்தகம் உங்கள் சொத்து; வாசகர்களும் நீங்களும்தான் என்று சொல்லி விட்டேன். ஒப்பந்தத்தில் கையெழுத்துப் போடும் போது ஒரு மாதிரி ஒப்பந்தத்தைக் கொடுத்தார்கள். பார்த்தால் முல்க் ராஜ் ஆனந்த் 1948-இல் இந்தப் பதிப்பகத்தோடு போட்ட ஒப்பந்தம். 1945-இல் தொடங்கப்பட்ட பதிப்பகம் இது. இதுவரை 16,000 புத்தகங்களைப் பதிப்பித்திருக்கிறார்கள்.

இப்போதுதான் இன்னொரு முக்கிய விஷயத்தைச் சொல்லப் போகிறேன். Morgue Keeper என்ற என் புத்தகம் Amazon Kindle-இல் வெளிவந்துள்ளது. ஆங்கிலத்தில் மொழிபெயர்க்கப்பட்ட என்னுடைய சிறுகதைகள் மற்றும் ஒரு பேட்டி. டிஷானி தோஷி எடுத்த முக்கியமான பேட்டி அது. தமிழிலிருந்து Kindle-க்குப் போகும் முதல் அல்லது இரண்டாவது புத்தகம் இது என்று நினைக்கிறேன். இதை எடிட் பண்ணுவதற்காக அதிக நாட்கள் செலவு செய்தேன். பிறகு காயத்ரி நூல் முழுவதையும் சிறப்பாக எடிட் செய்து கொடுத்தாள். பிறகு கிண்டிலில் கொண்டு வரத் தேவையான தொழில்நுட்ப வேலைகளைச் செய்தவர்கள் ராஜேஷ் மற்றும் சரவண கணேஷ் (கொழந்த). இதற்காக இவர்கள் எடுத்துக் கொண்ட சிரமங்கள் கொஞ்சநஞ்சம் அல்ல. இதற்கு அடுத்து அட்டைப் படம் செய்து கொடுத்த நண்பர் சுப்ரமணியன். தீபாவளிக்கு ஊருக்குப் போயிருந்த போது இதைச் செய்து அனுப்பினார்.

இவ்வளவுக்குப் பிறகும் கிண்டிலில் வரும் சாத்தியம் இல்லாமல் இருந்தது. ஏகப்பட்ட தொழில்நுட்பக் குழப்பங்கள். அதை இரவு

பகல் பார்க்காமல் பல தினங்கள் பல மணி நேரம் செலவு செய்து முடித்துக் கொடுத்தவர் ஹாலிவுட் பாலா. இவர் எனக்கு நேரடி நண்பர் கூட இல்லை. ஒரு தமிழ் எழுத்தாளனுக்காகச் செய்திருக்கிறார். எந்தவிதப் பிரதிபலனும் எதிர்பாராமல் இந்த விஷயத்தை செய்து முடித்த இவர்கள் அனைவருக்கும் என் நெகிழ்ச்சியான நன்றி. மொழிபெயர்ப்பாளர்கள் ப்ரீதம் சக்ரவர்த்தி, ஜெயக்குமார், ப்ரீத்தி வெங்கடேசன், ராஜேஷ், வைஷ்ணா ராய் ஆகியோருக்கும் என் நன்றி.

பின்வரும் லிங்க்ல் இருந்து புத்தகத்தை வாங்கலாம். விலை மலிவு தான். தமிழர் அல்லாத உங்கள் நண்பர்களுக்கும் நூலை அறிமுகம் செய்வீர்கள் என்று எதிர்பார்க்கிறேன். *ஸீரோ டிகிரி*யைத் தவிர என் எழுத்தை ஆங்கிலத்தில் படிக்க விரும்புகிறவர்களுக்கு இது ஒரு நல்ல அறிமுகம். என் எழுத்தின் பல்வேறுபட்ட பாணிகளை இதில் காணலாம்.

http://www.amazon.com/Morgue-Keeper-ebook/dp/B00AH4Y0GO

★★★

உலகின் அதி உன்னத பானம்

இந்த உலகிலேயே ஆகச் சிறந்த மது எது?

மிகப் பெரிய ஆய்வுக்குப் பிறகு கண்டு பிடித்தேன்.

Absinthe.

இந்த மது பற்றி எழுதாத கலைஞர்களே இல்லை. வான் கோ, பால் வெர்லெய்ன், ஆர்த்தர் ரேம்போ, ஆஸ்கார் ஓயில்ட், ஹெமிங்வே... எல்லோரும் எழுதியிருக்கிறார்கள்...

★★★

வாருங்கள்...

நண்பர்கள் அனைவரையும் டிஸம்பர் 18 அன்று மஹாபலிபுரத்துக்கு அழைக்கிறேன். இதைத் தனிப்பட்ட அழைப்பாகக் கொள்ளவும். உங்கள் அனைவரோடும் சாவகாசமாக உரையாட வேண்டும் என்பதே என் அவா. இந்த ஆண்டு எனக்கு ஒரு சிறப்பான ஆண்டு. என்னுடைய ஏதேனும் ஒரு நாவல் இந்தப் பதினெட்டாம் தேதிக்குள் ஆங்கிலத்தில் மொழிபெயர்க்கப்படவில்லை என்றால் 18-ஆம் தேதி தற்கொலை செய்து கொள்வேன் என்று எழுதியிருந்தேன். இரண்டு புத்தகங்கள் தயாராகி ஒரு புத்தகம் வெளிவந்தும் விட்டது. *Morgue Keeper* அமேஸான் கிண்டிலில். இன்னொன்று, தேகம் நாவலின் மொழிபெயர்ப்பு. *Corpus.* தமிழிலும் ஜனவரியில் என்னுடைய நான்கு புத்தகங்கள் வெளி வர உள்ளன. இதையெல்லாம் கொண்டாட வேண்டும்.

★★★

உங்களுக்கு என் பிறந்த நாள் பரிசு!

மழை புயல் எப்படி இருந்தாலும் நாகேஸ்வர ராவ் பூங்காவுக்கு நடைப் பயிற்சிக்குச் சென்று விடும் நான் கடந்த இரண்டு தினங்களாகப் போகவில்லை. என் உடல்நலத்தைப் பேணும் சித்த மருத்துவர் எனக்குக் கடவுளைப் போன்றவர். அவர் தொலைபேசியில் அழைத்த போது எடுக்கவில்லை. என்னைப் பற்றி நன்கு அறிந்த அவர் வேறொரு தொலைபேசியிலிருந்து அழைத்தார். அடுத்த வாரம் பேசுகிறேன், மன்னியுங்கள் என்று சொல்லி வைத்து விட்டேன். காரணம், *ஸீரோ டிகிரியைப்* படித்துக் கொண்டிருக்கிறேன். என்ன ஆச்சரியம் என்றால், 20 ஆண்டுகளுக்கு முன் நான் அந்த நாவலை எந்த மனநிலையில் எழுதினேனோ அதே மனநிலைக்குப் போய் விட்டேன். ஒருவித பித்தநிலை. 24 மணி நேரமும் இசையாலும் மதுவாலும் வாழ்ந்த கால கட்டம் அது. இப்போது மது இல்லை. என் மனமும் தேகமும் ஆன்மாவும் எல்லாமும் இப்போது மீண்டும் இசையால் நிறைந்திருக்கும் அற்புதக் கணம் இது.

Wim Mertens-இன் தீவிர ரசிகன் நான். மெர்ட்டன்ஸ் பெல்ஜியத்தைச் சேர்ந்தவர். இதுவரை 50 ஆல்பம் வெளியிட்டிருக்கும் இவரது இசை நிகழ்வு ஒன்றை நேரடியாகப் பார்க்க வேண்டும் என்பது என் ஆசைகளில் ஒன்று. அடுத்த ஆண்டு பெல்ஜியத்தில் இவரது

நிகழ்ச்சி நடந்தால் நாம் ஒன்றாகப் போகலாமா இளங்கோ? எனது அடுத்த ஆண்டுக்கான பயணத் திட்டத்தில் பெல்ஜியமும் உண்டு.

விம் மெர்ட்டன்ஸின் Struggle for Pleasure என்ற அற்புதத்தை உங்களுக்கு என்னுடைய பிறந்த நாள் பரிசாக அளிப்பதில் சந்தோஷம் அடைகிறேன். நாளை காலையில் பாபா கோவிலுக்குச் சென்று விட்டு மஹாபலிபுரம் கிளம்பி விடுவேன்; நேரம் இருக்காது என்பதால் இப்போதே உங்களுக்கு இந்தப் பரிசைக் கொடுத்து விடுகிறேன். இந்த இசையைக் கேட்டு உங்கள் கண்கள் கலங்கினால் உங்களுக்கு இறைவனோடு பேசும் மொழி கை வந்து விட்டது என்று பொருள்.

★★★

Kindle Edition

வருகின்ற புத்தக விழாவின் போது உங்களுடைய புதிய புத்தகங்கள் எதுவும் இல்லையா என்று நண்பர்கள் பலர் கேட்டனர். புத்தக விழா வருகிறது என்பதற்காகப் புத்தகம் எழுத முடியுமா? உலகில் அப்படி யாரும் புத்தகம் எழுதுவதாக என் அறிவிற்குத் தெரியவில்லை. தமிழ் எப்போதுமே ஒரு விதிவிலக்கு. நம்பர் ஒன் எழுத்தாளரின் புத்தகமே இங்கே புத்தக விழாவில் 500 பிரதிதான் விற்கும். அதற்காகப் போய் நான் ஒரு புதிய நாவலை எழுத வேண்டுமா? எக்ஸைல் இந்த ஒரு ஆண்டில் 3000 பிரதிகள் விற்றிருக்கும் என்று யூகிக்கிறேன். இதுவே ஒரு எழுத்தாளனுக்கு சாதனை. ஆனால் என்னைப் பொறுத்தவரை இதை வேதனை என்றுதான் எடுத்துக் கொள்வேன். எட்டு கோடி பேர் வாழும் ஒரு தேசத்தில் ஒரு நாவல் 3000 பிரதி விற்கிறது! துருக்கியில் ஓரான் பாமுக்கின் நாவல் ஒரு லட்சம் பிரதி விற்பனை ஆகிறது. அவர் நோபல் பரிசு பெறுவதற்கு முன்பே இந்த நிலை. சீனர்கள் கன்னாபின்னா என்று படிக்கிறார்கள். நாவல்கள் அங்கே கோடிகளில் விற்பனை ஆகிறது.

தமிழர்கள் புத்தகம் படிப்பதைப் பாவமாகக் கருதுகிறார்கள். புத்தகம் வாங்குவதை வெறுக்கிறார்கள். புத்தகம் எழுதுபவர்களை வெறுக்கிறார்கள். புத்தகம் படிப்பவர்களை வெறுக்கிறார்கள். வீட்டில் நம் குழந்தைகள் பாடப் புத்தகத்தைத் தவிர வேறு புத்தகங்களைத் தொட்டு விட முடியுமா என்ன?

சமீபத்தில் நடந்த ஒரு சம்பவத்தைச் சொல்கிறேன். என்னுடைய சிறுகதைத் தொகுதி *Morgue Keeper* அமேஸான் மூலம் கிண்டிலில் பிரசுரமாகி இருப்பதை நீங்கள் அறிவீர்கள். அந்த வேலை எங்களுக்கு முழுமையாக மூன்று மாதங்கள் ஆயின. ஆறு பேர் அந்த வேலையில் ஈடுபட்டோம். 170 ரூபாய்தான் விலை. என் தோழி ஒருவர் பேராசிரியராக இருக்கிறார். அவர் தனது சகாவிடம் இந்தப் புத்தகத்தை வாங்கும்படி சொல்லியிருக்கிறார். அந்த சகா புத்தகம் படிக்கும் பழக்கம் உள்ளவர் என்பதால்தான் சொன்னது. இல்லையெனில் சொல்லியிருக்க மாட்டார். சகா பதிலுக்கு, “உன்னிடம் *pdf* காப்பி இருந்தால் எனக்கு அனுப்பி வை” என்றாராம். அடிக்கடி மதிய உணவுக்கு இவர்கள் உணவு விடுதிகளுக்குச் செல்வார்கள். ஆயிரக்கணக்கில் செலவாகும். தின்று விட்டு மலமாகப் போகும் விஷயங்களுக்கு ஆயிரக்கணக்கில் செலவழிக்கலாம். ஆனால் ஞானமும் அறிவும் எங்களுக்கு ஓசியிலேயே கிடைக்க வேண்டும் என்று கருதும் சமூகம் இது. இப்படிப்பட்ட சமூகத்துக்கு வருஷா வருஷம் நாவல் எழுத வேண்டுமா என்ன?

வாசகர்களுக்கு கிண்டில் பற்றித் தெரியவில்லையா அல்லது தெரிந்தும் தங்கள் தமிழ்ச் சமூகத்தின் நூற்றாண்டுகளின் மௌனத்தைக் கடைப்பிடிக்கிறார்களா என்று எனக்குத் தெரியவில்லை. கிண்டிலில் ஒரு தமிழ் எழுத்தாளனின் சிறுகதைத் தொகுப்பு ஆங்கிலத்தில் வெளிவருவது இதுவே முதல் முறை. *Kindle* என்பது வாசிப்பு என்ற செயல்பாட்டில் கற்பனையே செய்ய முடியாத அளவுக்குப் புரட்சிகர மாற்றங்களைக் கொண்டு வந்திருக்கிறது. பதிப்பகத்திடம் கேட்டேன், உங்கள் புத்தகத்தைக் கேட்டாலே அடிக்க வருகிறார்கள் என்று எழுத்தாளனிடம் சொல்ல வேண்டிய அவசியம் இதில் இல்லை. புத்தகம் தீர்ந்து விட்டது; அச்சில் இருக்கிறது என்று பதிப்பாளரும் வாசகரிடம் சொல்ல வேண்டிய அவசியம் இதில் இல்லை. தபாலில் வாங்க வேண்டிய சிரமம் இல்லை. ஆஃப்ரிக்காவில் இருந்தாலும் அமெரிக்காவில் இருந்தாலும் விரலை சிறிது அசைத்தால் புத்தகம் உங்கள் மொபைல் போனிலும் கணினியிலும் பக்கம் பக்கமாக விரியும். புத்தக விற்பனையில் உள்ள பாரம்பரியம் அத்தனையையும் அடித்து நொறுக்கி விட்டது *Kindle*. கார்டில் பணம் செலுத்தினால் அடுத்த வினாடி நம் கையில் புத்தகம். இது

பற்றித் தமிழ் வாசகர்கள் யாரும் அக்கறையே கொள்ளவில்லை என்பது எனக்கு ஆச்சரியமாக இல்லை. ஒரு எழுத்தாளனைப் பார்த்து, "உங்களை விஜய் டிவில பார்த்து இருக்கேனே!" என்று பல்லைக் காட்டும் சமூகத்தில் இதற்கெல்லாம் ஆச்சரியப்பட முடியுமா?

இதுவரை *Morgue Keeper Kindle Edition* பற்றி உங்களுக்குத் தெரிந்திருக்கவில்லையெனில் அந்த லிங்கை மீண்டும் தருகிறேன்.

http://www.amazon.com/Morgue-Keeper-ebook/dp/B00AH4Y0GO

★★★

ஸ்ரீவில்லிபுத்தூர்

வழக்கம் போல் இன்று காலை நாகேஸ்வர ராவ் பூங்காவுக்குச் சென்ற போது ராகவன் ஸ்ரீவில்லிப்புத்தூரிலிருந்து வாங்கிக் கொண்டு வந்த பால்கோவாவைக் கொடுத்தார். பால்கோவா என்றால் எனக்கு ரொம்ப இஷ்டம். ஆனால் இப்போது அவ்வளவாக இனிப்புப் பண்டங்களின் மீது ஆர்வம் போய் விட்டது, ஒரே ஒரு இனிப்பைத் தவிர. மற்ற இடங்களில் பால்கோவாவை திரட்டுப் பால் என்கிறார்கள். எங்கள் ஊரில் மாடு கன்று ஈய்ந்து முதல் இரண்டு மூன்று தினங்களில் கறக்கும் பாலில் செய்வது மட்டுமே திரட்டுப் பால். மற்றதெல்லாம் பால்கோவாதான். அந்தத் திரட்டுப் பாலை அமிர்தம் என்றே சொல்லலாம். ஈடு இணை இல்லாத ஒரு தின்பண்டம் அது.

இந்திரா பார்த்தசாரதி ஒருமுறை என்னிடம் சொன்னார்; செக்ஸ் இல்லாமல் ஒரு நாவல் எழுதுங்களேன் என்று. சிரித்துக் கொண்டே சரி என்றேனே தவிர செக்ஸ் இல்லாமல் வாழ்க்கை இல்லையே என்றுதான் நினைத்துக் கொண்டேன். சில பேருக்கு பதவி, சிலருக்குப் பணம், சிலருக்கு அடுத்தவரைத் துன்புறுத்துதல், சிலருக்கு வயிறு, சிலருக்கு அடிமைத்தனம், சிலருக்கு ஆன்மீகம் என்று வாழ்க்கையாக இருக்கும் போது ஒருத்தனுக்குக் காமமே வாழ்க்கையாக இருக்கக் கூடாதா என்ன என்றும் ஓடியது நினைவு. காமத்தைக் கடக்கலாம். சாத்தியம்தான். ஆனால் வாழ்ந்து பார்த்தால்தானே கடக்க முடியும்? காமத்தை அடக்கி

விட்டுக் கடந்து விட்டதாகக் கற்பிதம் கொள்ள முடியுமா, சொல்லுங்கள்? ஆனால் இதை ஒரு சவாலாக ஏற்றால் என்ன என்றும் யோசனை ஓடிக் கொண்டிருந்தது. இந்த நிலையில்தான் பெருமாள் (என் கதாபாத்திரம் அல்ல; நிஜமான பெருமாள்) என் கனவில் வந்து *ஸ்ரீவில்லிப்புத்தூர்* என்ற தலைப்பைச் சொல்லி, ஒரு ப்ளூப்ரிண்டையும் போட்டுக் கொடுத்தார். (மதுரை ஆதீனத்தின் கனவில் சிவபெருமான் வரும் போது என் கனவில் பெருமாள் வரக் கூடாதா?)

அந்தப்படியாக இப்போது நான் *ஸ்ரீவில்லிப்புத்தூர்* என்ற நாவலை எழுதிக் கொண்டிருக்கிறேன். பிரதிவாதி பயங்கரம் அண்ணங்கராச்சாரியார் எல்லாம் கதாபாத்திரமாக வருவார். 25 ஆண்டுகளாக நான் வாசித்து வரும் *ந்ருஸிம்ஹப்ரியா* பத்திரிகை இதற்கு மிக உதவிகரமாக உள்ளது. ஸ்ரீவைஷ்ணவத்தின் ஒரு குறுக்கு வெட்டுத் தோற்றத்தை நீங்கள் இந்த நாவலில் பார்க்கலாம். நாவலில் செக்ஸே இல்லை. முடியும் வரை பெருமாளின் (கடவுள் அல்ல; கதாபாத்திரம்) வாழ்க்கை இப்படியே போனால் பரவாயில்லை. கடவுள் பெருமாள் கதாபாத்திரம் பெருமாளின் வாழ்வில் ஏதாவது ஏடாகூடம் பண்ணினால் அதற்கு நான் ஜவாப்தாரி அல்ல.

நாவல் எப்போது முடியும் என்று எனக்குத் தெரியாது. எந்தத் திட்டமும் இல்லை.

★★★

நாங்கள் என்ன செய்து கொண்டிருக்கிறோம்? (1)

Amazon மூலம் *Kindle edition* ஆக ஆங்கிலத்தில் வெளிவந்துள்ள என்னுடைய சிறுகதைத் தொகுதி *Morgue Keeper*-இன் மொழிபெயர்ப்பு படு மோசம் என்பதாக ஒரு அன்பர் எழுதியிருக்கிறார். இதை நான் விமர்சனமாக, ஒரு அபிப்பிராயமாக எடுத்துக் கொள்ள முடியாது. ஏனென்றால், *Morgue Keeper* கதை ப்ரீதம் சக்ரவர்த்தியால் மொழிபெயர்க்கப்பட்டு *தெஹல்கா*வில் வெளிவந்தது. அதுவும் *தெஹல்கா*வின் சிறப்பு மலரில். மொழி நன்றாக இல்லாவிட்டால் *தெஹல்கா*வில் வரும் சாத்தியம் இல்லை. *திர்லோக்புரி* கதையும் ப்ரீதம் சக்ரவர்த்தியால்தான் மொழிபெயர்க்கப்பட்டது. அவர்தான் *ஸீரோ டிகிரி*யையும் மொழிபெயர்த்தவர். *ஸீரோ டிகிரி*யின் மொழிபெயர்ப்பு எல்லோராலும் கொண்டாடப்படுகிறது. தொகுப்பில் உள்ள *Message Bearers from the Stars and Necrophilia* மற்றும் *Nano*-வை மொழிபெயர்த்தது ராஜேஷ். அந்த இரண்டு கதையையும் யாராலுமே மொழிபெயர்க்க முடியாது என்று நினைத்தேன். *நேநோ, The Four Quarters Magazine*-இல் வெளிவந்த போது அதன் மொழிபெயர்ப்பு மிக இயல்பாகவும் மொழிபெயர்ப்பு என்றே தெரியாதபடியும் இருந்ததாகப் பலராலும் சிலாகிக்கப்பட்டது. இப்போது ராஜேஷ் *கர்னாடக முரசு* கதையை மூன்று மாதமாக வைத்துக் கொண்டு போராடிக் கொண்டிருக்கிறார். ஆமாம். ஒருநாள் நான் அது பற்றி விசாரித்த போது, “நரகத்தில் அமர்ந்து

கத்தியால் உடம்பைக் கிழித்துக் கொண்டு ரத்தத்தை நக்கிக் கொண்டிருப்பது போல் இருக்கிறது" என்றார். *கர்னாடக முரசுவை மொழிபெயர்ப்பது அப்படி இருக்கிறதாம். Transgressive writing-ஐ மொழிபெயர்ப்பது அப்படித்தான் இருக்கும்.*

எழுதுவதோ மொழிபெயர்ப்பதோ ஒரு *masochist* வேலைதான். அதனால்தான் நான் கணினியில் எழுத்துக்களைத் தட்டினாலும் என் தசையையும் ரத்தத்தையுமே எரித்து எழுதுவது போல் தோன்றுகிறது. அப்பேர்ப்பட்ட வலி தரும் வேலை இது. அதனால்தான் அவ்வப்போது குடிக்கவும் வேண்டியிருக்கிறது. ஆனால் இதையே ஒரு வாசகன் படிக்கும் போது அவனுக்கு அது இன்பம். அந்த வகையில் ஒரு வாசகன் *sadist*-ஆகத்தான் இருக்க முடியும். என் துன்பம் அவனுக்கு இன்பம். அதனால்தான் எழுத்தையும் வாசிப்பையும் *sado-masochist act* என்று சொல்கிறார்கள்.

நிலைமை இப்படி இருக்க, போகிற போக்கில் மொழிபெயர்ப்பு மோசம் என்றால் அதை எப்படி நான் அபிப்பிராயமாக எடுத்துக் கொள்ள முடியும். அது ஒரு அவதூறு. அவ்வளவுதான். அவதூறு செய்பவர்களுக்கு நான் பதில் சொல்ல மாட்டேன். எனவே இதை விட்டு விட்டு இன்னொரு அபிப்பிராயத்துக்கு வருவோம். என் நண்பரும் என் மொழிபெயர்ப்பாளர்களில் ஒருவருமான கண்ணன், *"Translation could have been better for some stories"* என்று எழுதியிருக்கிறார். இதை அவர் என்னிடம் தனிப்பட்ட முறையில்தான் சொல்லி இருக்க வேண்டும். இப்படி ஒரு பொதுவெளியில் எழுதியிருக்கக் கூடாது. ஏனென்றால், என்னுடைய ஒரு குறுநாவலை எக்ஸ் என்ற நண்பர் மொழிபெயர்த்தார். இதை நான் கண்ணனிடம் கொடுத்து சரி செய்து தரச் சொன்னேன். உடனே கண்ணன், "மொழிபெயர்ப்பு சரியில்லை" என்று சொல்லி தானே மொழிபெயர்த்தார். ஆனால் எக்ஸின் மொழிபெயர்ப்பை விட கண்ணனின் மொழிபெயர்ப்பு சிறந்தது என்று சொல்ல முடியாததாக இருந்தது. எக்ஸுக்கு 50 மதிப்பெண் என்றால் கண்ணனுக்கும் 50 தான் கொடுக்கலாம். எக்ஸின் மொழிபெயர்ப்பில் சில இடங்கள் தட்டையாக இருந்தது என்றால் கண்ணனின் மொழிபெயர்ப்பிலும் சில இடங்கள் தட்டையாக இருந்தன. நான் இரண்டையுமே ஒரு கலவையாகச் சேர்த்து உருவாக்கி அனுப்பினேன். இப்படி இரண்டையும்

கலந்தது எனக்கு மிகப் பெரிய பளுவாகி விட்டது. இதற்குப் பேசாமல் எக்ஸின் மொழிபெயர்ப்பை நானே சரி செய்திருக்கலாம். கண்ணனிடம் கொடுத்ததால் இரட்டிப்பு வேலை ஆகி விட்டது. ஒரு மொழிபெயர்ப்பு சரியில்லை என்று சொல்பவர் அதை விட நன்றாக அல்லவா செய்ய வேண்டும்?

Morgue Keeper மொழிபெயர்ப்பு இன்னும் நன்றாக இருந்திருக்கலாம் என்றால் ஆங்கிலம் மிக நன்றாகத் தெரிந்த கண்ணனே என்னுடைய ஏதேனும் ஒரு நாவலை எடுத்துச் செய்திருக்கலாமே?

ஆனால், மாறாக, எனக்குக் கண்ணன் கொடுத்தது மன உளைச்சலைத்தான். கண்ணனின் ஆங்கிலத்தைப் பார்த்துத் திருப்தி கொண்ட நான், *ராஸ லீலாவை* மொழிபெயர்க்கிறீர்களா என்று கேட்டேன். சரி என்றார். *ராஸ லீலா* ஒரு பிரதியை வாங்கி 5000 ரூ. செலவு செய்து குரியரில் அனுப்பினேன். இப்படி மொழிபெயர்ப்பாளர்களுக்குப் புத்தகம் வாங்கிக் கொடுப்பதற்கென்று எனக்கு ஒரு தோழி இருக்கிறார். இப்போது கூட தேகம் மூன்று பிரதிகள், *ராஸ லீலா* மூன்று பிரதிகள் வேண்டும் என்று தோழியிடம் கேட்டிருக்கிறேன். அவர்தான் ஆர்டர் கொடுத்து எனக்கு வாங்கிக் கொடுப்பார். ப்ளூடார்ட்டில் அனுப்பினால் ஓரிரு தினங்களில் கிடைத்துவிடும். ஆனால் ஒரு புத்தகத்துக்கே மூவாயிரம் நாலாயிரம் என்று செலவாகும். கண்ணனிடமிருந்து புத்தகம் கிடைத்தது என்ற செய்தி வந்தது. அவ்வளவுதான். அதற்குப் பிறகு கிணற்றில் போட்ட கல். மொழிபெயர்ப்பு நடக்கிறதா இல்லையா என்று ஒரு தகவலும் இல்லை. மாதங்கள் கடந்தன.

ஏற்கனவே ஒரு நண்பர் *ராஸ லீலாவை* மொழிபெயர்க்கிறேன் என்று இரண்டு ஆண்டுகளைக் கடத்தினார். இரண்டு ஆண்டுகளில் நடந்தது 70 பக்கம். பிறகு இரண்டு ஆண்டுகள் எதுவுமே நடக்காமல் கழிந்தன. பிறகுதான் கண்ணன். அவரிடமிருந்தோ மாதக் கணக்கில் தகவலே இல்லை. காத்திருந்து பார்த்துப் பொறுமையிழந்த நான் ஒருநாள், “நாவலை வேறு யாரிடமேனும் கொடுத்து விடவா?” என்று கேட்டு எழுதினேன்.

இங்கே என்னுடைய நிலையையும் நீங்கள் கொஞ்சம் யோசித்துப் பார்க்க வேண்டும். என் கால் தூசு பெறாத நாவல்கள் எல்லாம் ஏஷியன் மேன் புக்கர் பரிசைப் பெற்றுக் கொண்டு போகின்றன.

நோபல் பரிசு பெற்ற *Elfriede Jelinek*-இன் நான்கு நாவல்களை நான் படித்திருக்கிறேன். அந்த நான்குமே ராஸ லீலாவின் கிட்டத்தில் கூட வர முடியாது. சமீபத்தில் சீனாவில் மூன்று கோடி பிரதிகள் விற்ற, ஏஷியன் மேன் புக்கர் பரிசு பெற்ற *Wolf Totem* நாவலைப் படித்தேன். சுமார் 1000 பக்கங்கள். ஒரே வாரத்தில் வேறு எந்த வேலையும் செய்யாமல் படிக்க வைத்த நாவலாக இருந்தாலும் அதை நான் நாவல் என்ற பிரிவிலேயே சேர்க்க மாட்டேன். ஓநாய்களைப் பற்றிய ஒரு சுவாரசியமான ஆய்வு. நேஷனல் ஜியாக்ரஃபிக் பார்த்தது போல் இருந்ததே தவிர அந்த நாவல் இலக்கிய அனுபவம் எதையும் நல்கவில்லை. அதோடு, அதில் இருந்த ஃபாஸிஸமும் இனவாதமும் வேறு சகிக்க முடியவில்லை. சீன இனமே முட்டாள் இனம்; அடிமை இனம். மங்கோலிய இனம்தான் உலகிலேயே உசந்த இனம்; இத்யாதி, இத்யாதி. இப்படி நான் ஒரு நீண்ட பட்டியலைத் தர முடியும். இப்படி சராசரியான நாவல்கள் எல்லாம் சர்வதேச அளவில் அங்கீகாரம் பெறும் போது தமிழில் எழுதும் ஒரே காரணத்துக்காக ஆயிரம் பேருக்குள்ளேயே அடங்க வேண்டுமா என்பதுதான் என் ஆதங்கம். அதனால்தான் நான் மொழிபெயர்ப்பாளர்களைத் தேடி அலைந்து கொண்டிருக்கிறேன்.

இப்போது மீண்டும் கண்ணனுக்கு வருவோம். வேறு யாரிடமாவது கொடுத்து விடவா என்று கேட்டவுடன் இந்த வார முடிவுக்குள் ஒரு அத்தியாயம் அனுப்பி விடுகிறேன் என்ற பதில் வந்தது. எனக்கு மிகவும் சோர்வாகவும் அலுப்பாகவும் இருந்தது. அந்தப் புத்தகமோ 650 பக்கம் இருக்கிறது. இப்படி நாலு பக்கம் வாங்குவதற்குள் என் நாக்கில் நுரை தள்ள வைக்கிறாரே, காரியம் ஆகுமா என்ற சம்சயமும் பதற்றமும் ஏற்பட்டது எனக்கு. அந்த வார இறுதியில் அத்தியாயத்தில் பாதி வந்தது. மீதியை ஓரிரு நாளில் அனுப்புவதாக எழுதியிருந்தார். அதற்கு மேல் எனக்கு நம்பிக்கை போய் விட்டது. மொழிபெயர்ப்பு நடக்கிறதோ இல்லையோ, எனக்குத் தகவல் தெரிய வேண்டாமா? வேலை எந்த நிலையில் இருக்கிறது? உங்களால் முடியுமா முடியாதா? வேலை நடக்குமா இல்லையா? எதுவுமே தெரியாமல் நான் எத்தனை மாதம் காத்திருப்பது? தகவல் பரிமாற்றத்தில் பூஜ்யமாக இருந்தால் ஒருவருக்கொருவர் எப்படி இணைந்து வேலை செய்வது?

அதற்குப் பிறகு நான் கண்ணனை மறந்து போனேன். சில

மாதங்கள் கழிந்தன. இடையில் ஐரோப்பாவிலிருந்து சென்னை வந்து போனார். என்னையும் சந்தித்தார் கண்ணன். எனக்கு மிக மிக மலிவான ஒரு சாக்லெட் பாக்கெட் கொடுத்தார். (அதை நான் என் வீட்டுப் பணிப்பெண்ணிடம் கொடுத்து விட்டேன்). அவ்வளவு மலிவான சரக்குகளை நான் உண்பதில்லை. சற்று எரிச்சல் அடைந்தேன். கையை வீசிக் கொண்டு என்னை வந்து சந்திக்கலாம். எந்தப் பிரச்சினையும் இல்லை. இப்படி யாரும் என்னை மலினப்படுத்தலாகாது. “இதோ உங்களுக்காகக் கொண்டு வந்திருக்கிறேன்” என்று சொல்லி யாரும் ஒரு குவார்ட்டர் ஓல்ட் மாங்க் பாட்டிலை எனக்குத் தருவீர்களா? அதிலும் ஐரோப்பாவிலிருந்து வந்து? முன்பெல்லாம் என்னை சந்திக்கும் நண்பர்கள் ஜானி வாக்கர் விஸ்கியை லண்டனிலிருந்து வாங்கி வந்து கொடுப்பார்கள். அடக் கடவுளே என்று நினைத்துக் கொள்வேன். இங்கே ஜெமினி காம்ப்ளெக்ஸில் 1000 ரூபாயை விட்டெறிந்தால் ஜானி வாக்கர் கிடைக்கும். பிறகு ஜானி வாக்கர் கொடுத்தால் மறுக்க ஆரம்பித்தேன். இப்போது ஜானி வாக்கர் பிரச்சினை தீர்ந்து விட்டது. சாக்லெட் ஆரம்பித்துள்ளது.

பெரியவர்களுக்கோ, குழந்தைகளுக்கோ, நம் பிரியத்துக்குரியவர்களுக்கோ இஷ்டப் பொருட்களை வாங்கிக் கொடுக்கக் கூடாது என்று சொல்லும் முட்டாள் அல்ல நான். நல்லதாக வாங்கிக் கொடுங்கள் என்கிறேன். விமான நிலையங்களின் *duty free* கடைகளைப் பார்த்தால் சொர்க்க லோகம் போல் இருக்கிறது. சாக்லெட்டுகளிலேயே நூறு ரகம். மதுபானங்களில் ஆயிரம் ரகம். ஒரு சாக்லெட்டில் அதன் உள்ளேயே ஆல்கஹால் இருக்கிறது. *Bailey's* என்று ஒரு அற்புதமான மதுவகை. சீனத்துத் தேனீர்ப் பைகள். ஆயிரம் ஆயிரம்.

சரி. விஷயத்துக்கு வருகிறேன். கண்ணனுடன் மீண்டும் *ராஸ லீலா* பற்றிப் பேச்சு. அவரோடு அவர் மனைவியும் சேர்ந்து மொழிபெயர்ப்பு செய்வதால் இன்னொரு *ராஸ லீலா* பிரதியை வாங்கிக் கொடுத்தேன். மீண்டும் தோழிதான் வாங்கிக் கொடுத்தார். ஊருக்குப் போனார் கண்ணன்.

முடிந்தது கதை. மீண்டும் அதே விதமாக ஒரு தகவலும் இல்லை. ஐந்து மாதமா, நான்கு மாதமா நினைவில்லை. கண்ணனிடமிருந்து ஒரு தகவலும் இல்லை. அப்போதுதான் நான் என் மொழிபெயர்ப்பாளர்களின் காலில் விழுகிறேன்

என்று எழுதினேன். அப்படியும் தகவலே இல்லை. நானும் வீறாப்பாக விட்டு விட்டேன். ஆனால் இப்படியே போனால் அந்த அற்புதமான நாவலை யார்தான் மொழிபெயர்ப்பது? ஆண்டுகள் போனால் ஏஷியன் மேன் புக்கருக்கோ அல்லது வேறு இடங்களுக்கோ அனுப்பவே முடியாது. இப்போது *ஸீரோ டிகிரி*யை அனுப்ப முடியாததைப் போல. கண்ணனை இனி மறந்து விடலாம் என்று முடிவு செய்தேன். அதே நேரத்தில் டாக்டர் ராமானுஜம் தேகம் நாவலை முடித்திருந்தார். அவரை சந்தித்து *ராஸ லீலா* முடியுமா என்று கேட்டேன். பெரிய நாவல். மெதுவாகச் செய்யுங்கள்; ஆனால் நீண்ட இடைவெளி இல்லாமல் தொடர்ச்சியாகச் செய்தால் ஒரு ஆண்டில் அல்லது ஒன்றரை ஆண்டில் செய்து விடலாம் என்றேன். ஒப்புக் கொண்டார். எதற்கும் கண்ணனையும் கேட்டு விடலாம் என்று கடிதம் எழுதினேன்.

பணி நிமித்தமாக வேறு தேசத்துக்குப் போய் விட்டதால் மொழிபெயர்ப்பு செய்ய முடியவில்லை. மார்ச்சில் ஆரம்பித்து விடலாம் என்று பதில் வந்தது. உண்மையில் எனக்கு வந்த கோபத்துக்கு அளவே இல்லை. இந்தத் தகவலை அவராக அல்லவா அனுப்பி இருக்க வேண்டும்? அந்தப் பொறுப்பு கூட ஒருவருக்கு இல்லையா? சின்ன வயதில் என் குப்பத்தில் பொது இடத்தில்தான் மலம் கழிக்க வேண்டும். நாம் முக்கி முக்கிப் போடும் மலத்துக்காக நம் குண்டிக்குப் பின்னாலேயே பசி வெறியுடன் நின்று கொண்டிருக்கும் பன்றியைப் போல் ஒரு எழுத்தாளனை ஆக்கலாமா? நீங்களாக அல்லவா நிலைமையை எனக்குத் தெரிவிக்க வேண்டும்? அப்போதும் நான் கண்ணனுடன் கோபம் காண்பிக்கவில்லை. கிடைப்பது தானம். பல்லைப் பார்க்கக் கூடாது. அவரிடம் விஷயத்தைச் சொல்லி நீங்கள் இரண்டாம் பாகத்தைச் செய்யுங்கள் என்றேன்; அவர் செய்ய மாட்டார் என்ற தைரியத்துடன்.

இப்படிப்பட்டவர்தான் *Morgue Keeper* மொழிபெயர்ப்பு இன்னும் நன்றாக இருந்திருக்கலாம் என்கிறார். சரி கண்ணன். நீங்கள் சொல்வது முழுக்க சரி. ஆனால் இதை நீங்கள் பொதுவெளியில் எழுதலாமா? ஆயிரம் பேர் படிக்கும் இடம் அது. அதிலும் நான் எங்கே சென்றாலும் அங்கே போய் என்னைப் பற்றி அவதூறு எழுத ஒரு டஜன் பேர் காத்துக் கொண்டிருக்கிறார்கள். அப்படிப்பட்ட

இடத்தில் போய் நீங்கள் உண்மை விளம்பலாமா? நீங்களே இப்படி எழுதினால் பிறகு யார் என்னை மொழிபெயர்க்க வருவார்கள்? ஏற்கனவே எல்லோரும், "என் ஆங்கிலம் ஒன்றும் அவ்வளவு நன்றாக இருக்காது" என்ற அதைர்யத்துடன் வருகிறார்கள். அவர்களைப் போய் மிரட்டினால் யார் மொழிபெயர்க்கத் துணிவார்கள், சொல்லுங்கள்?

இதை நீங்கள் வெளியே, பொது இடத்தில் எழுதியதால்தான் நானும் பொது இடத்தில் எழுத நேர்ந்தது.

என் நாவல்களின் மொழிபெயர்ப்பு ஆகா ஓகோ என்று இருக்காது. ஆனால் நிச்சயமாக மோசமாக இருக்காது. சுந்தர ராமசாமியின் *புளியமரத்தின் கதையின்* ஆங்கில மொழிபெயர்ப்பு எவ்வளவு மொக்கையாக இருந்தது என்று எழுதியிருந்தேன். மொழிபெயர்த்தவர் பெரிய ஆங்கிலப் பேராசிரியர். ஆனால் படைப்பாளி அல்ல. மேலும், சு.ரா. அதைப் படித்திருக்க மாட்டார். பெரும்பாலான தமிழ் நாவல்களின் மொழிபெயர்ப்பு அந்த கதியில்தான் உள்ளது. அதனால்தான் சமகாலத் தமிழ் இலக்கியம் உலக அரங்கில் தோற்றுக் கொண்டிருக்கிறது. ஒலிம்பிக்ஸில் நாம் வாங்கும் ஒரே ஒரு வெண்கல மெடலை விடக் கேவலமாக இருக்கிறது தமிழ் இலக்கியத்தின் சர்வதேச சாதனை!

என் அமெரிக்க நண்பர் ஒருவர் சொன்னார். அசோகமித்திரன், இந்திரா பார்த்தசாரதி, சுந்தர ராமசாமி என்று யாரையுமே மொழிபெயர்ப்பில் படிக்க முடியவில்லை. ஒரே விதிவிலக்கு ஆதவன். "அப்படியானால் நான்?" என்றேன் பதற்றத்துடன். "உங்களை நான் தமிழ் எழுத்தாளராகவே நினைக்கவில்லையே?" என்ற பதிலைக் கேட்டதும்தான் நிம்மதி ஆயிற்று.

இதுதான் நிலைமை. என்னுடைய மொழிபெயர்ப்பாளர்கள் யாரும் பல்கலைக்கழக ஆட்கள் அல்ல. ஸாஃப்ட்வேர் துறையில் பணிபுரியும் நண்பர்கள். என் எழுத்தின் மீது உள்ள அபிமானத்தால் மட்டுமே தங்களின் நேரத்தை எனக்கு தானமாகத் தருகிறார்கள். ஒரு நண்பர் மிக அமைதியாக *காமரூப கதைகளை* மொழிபெயர்த்துக் கொண்டிருக்கிறார். இன்னொரு நண்பர்... அவரோடு நான் போனில் கூடப் பேச முடியாது. எந்நேரமும் வேலை. தலைமைப் பொறுப்பில் இருப்பவர். வீட்டுக்கே ஒன்பது மணிக்குப் போய் இரவு ஒரு மணி வரை மொழிபெயர்க்கிறார். ஷிவா என்று

பெயர். எக்ஸைலை முடிக்க ஒரு கால அட்டவணையே போட்டு இருக்கிறார். அதன்படி மார்ச் 31-ஆம் தேதி எக்ஸைல் மொழிபெயர்ப்பு முடியும். சீராக ஒவ்வொரு வாரமும் ஷெட்யூலில் உள்ள பக்கங்களை விட அதிகமாகவே அனுப்புகிறார். அவருக்கும் குடும்பம் இருக்கிறது; குழந்தை இருக்கிறது. உறவினர்கள் இருக்கிறார்கள். கல்யாணம் காட்சி இருக்கிறது. இவ்வளவு குடும்பக் கடமைகளோடு கூடவேதான் மொழிபெயர்ப்பும் நடக்கிறது. என் எழுத்தின் மீது உள்ள அபிமானம் மட்டுமே காரணம்.

ஸாம் என்று ஒரு வாசகர். தேகம் நாவலை என்னிடம் சொல்லாமலேயே ஒரே மாதத்தில் மொழிபெயர்த்து முடித்து விட்டார். இப்போது டாக்டர் ராமானுஜத்தின் பிரதியையும் ஸாம் பிரதியையும் இணைத்துக் கொண்டிருக்கிறாள் காயத்ரி. அவளுக்கும் ஆயிரம் வேலை. சமையல் வேலை, கல்லூரி வேலை, கணவர் வேலை, குழந்தை வளர்ப்பு, இத்யாதி இத்யாதி.

ஓரான் பாமுக் துருக்கி மொழியில்தானே எழுதுகிறார்? மொழிபெயர்ப்புக்கு அவர் இப்படியா நக்கிக் கொண்டிருக்கிறார்? மரியோ பர்கஸ் யோசா 15 நாவல்களை எழுதி விட்டார். ஒவ்வொன்றும் 500 பக்கம், 1000 பக்கம். மொத்தம் 20,000 பக்கங்கள் இருக்கும். என்ன அற்புதமான மொழிபெயர்ப்பு தெரியுமா? இரண்டு காரணங்கள். யோசாவின் புத்தகங்கள் கோடிக்கணக்கில் விற்பதால் அவர் ஒரு மில்லியனராக இருக்கிறார். இரண்டு, அங்கே ஆங்கிலமும் ஸ்பானிஷும் தெரிந்தவர்களுக்கு இலக்கியமும் தெரிந்திருக்கிறது. அதனால் தொழில்முறையில் மொழிபெயர்ப்பு நடக்கிறது. ஸாஃப்ட்வேர் துறையில் பணியாற்றிக் கொண்டே யாரும் அவர் எழுத்துக்களை நள்ளிரவில் கண் விழித்து மொழிபெயர்க்கவில்லை. ஓரான் பாமுக்கின் *பனியை* ஆங்கில மொழிபெயர்ப்பில் படித்தேன். அற்புதமான மொழிபெயர்ப்பு. அம்மாதிரியான மொழிபெயர்ப்பை நான் எப்படி என்னுடைய நாவல்களுக்கு எதிர்பார்க்க முடியும்? அங்கே அதற்காக பதிப்பகமே லட்சக்கணக்கில் செலவழிக்கிறது. எந்த எழுத்தாளனும் தன் மொழிபெயர்ப்புக்குத் தானே ஏற்பாடு செய்வதில்லை. இது அவலம்தான். ஆனால் இந்த அவலத்துக்குக் காரணம், நானோ என் மொழிபெயர்ப்பாளர்களோ அல்ல. தமிழ்ச் சூழல்தான் காரணம். இங்கே ஆங்கிலம் தெரிந்த பலருக்கும் தமிழ் தெரியவில்லை. ஆங்கிலமும் தமிழும் தெரிந்தவர்களுக்கு

இலக்கியமே தெரியவில்லை. இலக்கியம் தெரியாவிட்டாலும் பரவாயில்லை; என் எழுத்தில் கூட பரிச்சயம் இல்லை. என் எழுத்தில் கூடப் பரிச்சயம் இல்லாமல், அசோகமித்திரன் ஆதவன் என்ற பெயர்கள் கூடத் தெரியாமல் எப்படி மொழிபெயர்க்க முடியும்? பிரமாதமாக ஆங்கிலம் எழுதுகிறார்கள். ஆனால் என்னுடைய ஒரு பத்தியைக் கொடுத்து செய்யச் சொன்னால் படு கேவலமாக இருக்கிறது. அதனால்தான் ஆங்கிலம் தெரிந்த என் வாசகர்களே இந்தப் பணியில் இறங்கி இருக்கிறார்கள்.

இன்னொரு முக்கியமான விஷயம். என் மொழிபெயர்ப்புகளில் தவறுகளே இருக்காது. ஒவ்வொரு வார்த்தையாக நான் கண்ணில் விளக்கெண்ணெய் விட்டுக் கொண்டு பார்த்துக் கொண்டிருக்கிறேன். அதனால்தான் சாருஆன்லைனில் அதிகம் எழுத முடியவில்லை. இப்போது தேகத்தில் கூட ஒரு பிழை பார்த்தேன். தமிழில் வர்க்க எதிரிகள் என்று ஒரு வார்த்தை வருகிறது. அது ஒரு மார்க்ஸீய சித்தாந்த வார்த்தை. ஆங்கில மொழிபெயர்ப்பில் தவறாக இருந்தது. நான் அதை *class enemies* என்று மாற்றினேன். மொழிபெயர்ப்பாளர்களுக்கு மார்க்ஸீய சித்தாந்தம் சார்ந்த *terminology* தெரியவில்லை. நானே ஒவ்வொரு வார்த்தையாகப் பார்த்துக் கொண்டிருப்பதால் இது ஒன்றும் பிரச்சினை இல்லை.

இவ்வளவுக்கும் இடையில் இன்னொரு பிரச்சினை என்ன தெரியுமா? ஒருவரின் மொழிபெயர்ப்பைப் படித்தால் இன்னொரு மொழிபெயர்ப்பாளருக்கு வாந்தி வருவது போல் இருக்கிறது. இவருக்கோ ஆங்கிலமே தெரியவில்லை என்கிறார் முன்னவர். இப்படி ஒருவரின் மொழிபெயர்ப்பு இன்னொருவருக்குப் பிடிக்கவில்லை. இந்த ரெண்டு பேருமே டோட்டல் வேஸ்ட் என்பது கண்ணனின் கருத்து. என்ன செய்வது கண்ணன்? இப்படி நொட்டு நொள்ளை சொல்லிக் கொண்டிருந்தால் காரியம் ஆகாதே? நான் கூட இருந்து செய்யும் வரை எந்த மொழிபெயர்ப்பும் சோடை போகாது என்பது என் கருத்து. அந்த அளவுக்கு எனக்கு ஆங்கிலம் தெரியும்.

சமீபத்தில் நான் ஹைதராபாத் சென்றிருந்தேன். ஓய்வுக்கு என்று சொல்லி விட்டு அங்கே போய் கோணல் பக்கங்களைத் தான் ப செய்து கொண்டிருந்தேன். அப்போது என் நண்பரும் மலையாள மொழிபெயர்ப்பாளருமான ஜெயேஷை சந்தித்தேன்.

எக்ஸைல் வெளிவந்து ஒரு ஆண்டு நிறைவடைகிறது. அவர் அதை மலையாளத்தில் மொழிபெயர்த்து ஆறு மாதம் ஆகிறது. அடுத்த இரண்டு மாதங்களில் *எக்ஸிஸ்டென்ஷியலிஸமும் ஃபேன்ஸி பனியனும்* மொழிபெயர்ப்பை முடித்துவிட்டார். அவர் ஒரு வாக்கியம் சொன்னார். என்னவென்றால்... *எக்ஸைல்* என்னுடைய சமீபத்திய ஆக்கம். என் 57-ஆவது வயதில் எழுதியது. *எக்ஸிஸ்டென்ஷியலிஸமும் ஃபேன்ஸி பனியனும்* என் முதல் நாவல். என் 27-ஆவது வயதில் எழுதியது. முப்பது ஆண்டுகளின் இடையே கால எந்திரத்தில் போய் வந்தது போல் இருக்கிறது என்றார் ஜெயேஷ். யோசித்துப் பாருங்கள் இதை. முப்பது ஆண்டுகளுக்கு முன்பு எழுதியதையும் இப்போது எழுதியதையும் ஒருவர் ஒரே சமயத்தில் மொழிபெயர்ப்பதன் அனுபவம் எப்படி இருக்கும்?

இது ஒரு மனிதரால் சாத்தியமா? மொத்தம் 600 பக்கங்கள். எட்டு மாதங்கள். அவருக்கு இரவு நேரப் பணி. பணி முடிந்து காலையில் ஆறு மணிக்கு வீட்டுக்கு வருவார். மொழிபெயர்ப்பைத் துவங்குவார். பக்கத்தில் மதுக் கோப்பை. சாப்பாடு கூட இல்லாமல் மதியம் வரை மொழிபெயர்த்து விட்டு, அதற்கு மேல் சமைத்து சாப்பிட்டு விட்டு, சிறிது தூங்கி விட்டு, இரவு வேலைக்குக் கிளம்பி விடுவார். ஜெயேஷ் அடிக்கடி புகைக்கும் பழக்கம் உள்ளவர். ஜெயேஷோடு கூட வந்த நண்பர் சொன்னார் என்னிடம். "மொழிபெயர்ப்பில் ஈடுபட்டிருக்கும் போது 'சிகரெட் தீர்ந்து விட்டது; வா, வெளியே போய் சிகரெட் வாங்கி வரலாம்' என்று கூப்பிட்டால் கூட வர மாட்டார் இவர்" என்றார். அந்த அளவுக்கு ஒரு வெறியோடு முடித்திருக்கிறார் ஜெயேஷ்.

ஜெயேஷை அடுத்த நாளும் சந்திப்பதாகச் சொல்லியிருந்தேன். *கோணல் பக்கங்கள்* வேலையில் மூழ்கி விட்டதால் சொன்னபடி போய் சந்திக்க முடியவில்லை. மறுநாளும் அப்படியே. "என்னைத் தவிர்க்கிறீர்களா?" என்று கேட்டு ஜெயேஷிடமிருந்து குறுஞ்செய்தி. அவரைப் போலவே நானும் வெறித்தனமாக வேலை செய்வேன். அதுதான் காரணம் ஜெயேஷ். தயவு செய்து தவறாக எண்ண வேண்டாம். இவர்களுக்கெல்லாம் நான் என்ன கைம்மாறு செய்யப் போகிறேன்? இலக்கிய வரலாறு இவர்களின் பெயரைச் சொல்லும்.

எனவே,

இனி என்ன எழுத? என் மொழிபெயர்ப்பாளர்களைப் பற்றிக் குறைவாகச் சொன்னதால் எனக்குக் கோபம் இல்லை. அதைப் பொதுவெளியில் சொன்னதால்தான் இதை எழுதினேன். கூபாவில் புரட்சி முடிந்த கையோடு பல எதிர்ப்புரட்சியாளர்கள் அரசை அமெரிக்க ஆதரவோடு விமர்சித்த போது ஃபிடல் சொன்னார். புரட்சிக்கு உள்ளே - *everything;* புரட்சிக்கு வெளியே - *nothing* என்று. அதாவது, நமக்குள்ளே எவ்வளவு வேண்டுமானாலும் விமர்சியுங்கள்; வெளியே போய் சொன்னால் உள்ளே தள்ளி விடுவேன் என்று பொருள்பட அப்படிச் சொன்னார். அது உண்மையும் கூட. தொமாஸ் அலேயாவின் ஒரு படத்தில் ஃபிடலை நேரடியாகப் பெயர் சொல்லி ஃபிடல் ஒரு முட்டாள் என்பாள் ஒரு பெண். தணிக்கையில் அதை வெட்டவில்லை. எனவே, கண்ணன் இந்த விஷயத்தை உள்ளே சொல்லி இருக்க வேண்டும்.

மேலும்,

இன்று *Corpus* வேலையை முடித்து விட்டு கண நேர இளைப்பாறலின் போது நாட்டு நடப்பு என்ன என்று தெரிந்து கொள்வதற்காக ஜெயமோகனின் ப்ளாகைத் திறந்த போது அதிர்ந்து போனேன். தமிழில் ஒரு எழுத்தாளன் என்றால் என்னென்னவெல்லாம் செய்ய வேண்டியிருக்கிறது? தேவதேவனுக்கு விருது. விருது வழங்குபவர் இளையராஜா. இளையராஜாவை வரவழைக்க வேண்டும். தேவதேவனைப் பற்றிய ஒரு மதிப்புரை நூல் எழுதி அதையும் வெளியிட வேண்டும். பகவானே! ஒரு பல்கலைக்கழகம் செய்ய வேண்டிய வேலையை, பணியை, சேவையை ஒரே ஒரு எழுத்தாளன் செய்து கொண்டிருக்கிறான். என்னால் இதைக் கற்பனை கூட செய்து பார்க்க முடியாது. *Corpus* வெளியீட்டு நிகழ்வுக்கு ப்ரியங்கா சோப்ராவை அழைக்கலாமா என்றார் அராத்து. ஆளை விடுங்கள் என்று தவிர்த்து விட்டேன். ஏஷியன் ஏஜில் எழுதுவதால் மும்பை சினிமா ஆட்கள் என்னை நேரடியாக அறிவர். ஃபோனிலும் தொடர்பு கொள்வர். நீங்கள் இன்று மும்பையில் இருந்தால் இன்றைய காக்டெயிலில் கலந்து கொள்ளுங்களேன் என்று கூட அடிக்கடி மெஸேஜ் வரும். ஆனால் என்னால் முடியாது. எனக்குத் தொழில் எழுத்து மட்டுமே. கூட்டம் கூட்டுவது அல்ல. முடிந்தால் நீங்கள் கூட்டுங்கள்; நான் வந்து கலந்து கொள்கிறேன் என்று சொல்லி விட்டேன். காரணம் என்ன தெரியுமா? நான் இப்போது எக்ஸைல் மொழிபெயர்ப்பின்

பிரதியில் உட்கார வேண்டும். ஷிவா அதிகம் வேலை வைக்க மாட்டார். இருந்தாலும்...

எதற்குச் சொல்கிறேன் என்றால், தமிழ்நாட்டில் ஒரு எழுத்தாளன்தான் பல்கலைக்கழகங்கள் செய்ய வேண்டியதையெல்லாம் செய்ய வேண்டியிருக்கிறது. சினிமா விமர்சனம், அரசியல் விமர்சனம், இசை விமர்சனம், இந்திய வரலாற்றுப் பாடங்கள், மார்க்ஸீயம் எக்ஸிஸ்டென்ஷியலிஸம் பற்றிய விளக்கவுரைகள், சினிமா வசனம், இலக்கியத் திறனாய்வு, தத்துவப் பாடங்கள் இதிலெல்லாம் நிபுணனாக இருந்தால்தான் தமிழ்நாட்டில் எழுத்தாளனாகத் தாக்குப் பிடிக்க முடியும். அப்போதுதான் 100 பிரதிகள் புத்தகம் விற்கும். நான் மலேஷியா போயிருந்த போது கெடா மாநிலத்தில் தொல்பொருள் ஆய்வகம் கண்டுபிடித்திருந்த பழைய சோழர் காலத்துக் கோவிலின் சிதிலங்கள் இருந்த இடத்துக்குச் சென்றிருந்தேன். இங்கே வந்த ஜெயமோகன் இதை பௌத்த கோவில் என்றார்; சில ஆதாரங்களையும் காண்பித்தார் என்றார் கூட வந்த பாலமுருகன். பயத்தில் எனக்கு நாக்கு உலர்ந்து விட்டது. தொல்பொருள் ஆராய்ச்சியிலுமா? நம்மால் ஆகாது சாமி என்று ஓடி வந்து விட்டேன். ஒரு எழுத்தாளன் எதிலெல்லாம் நிபுணனாக இருக்க வேண்டியிருக்கிறது பாருங்கள்!

வருஷாவருஷம் புத்தக விழாவின் போது ஒரு நாவலைக் கொண்டு வந்தால்தான் உங்களை ஞாபகம் வைத்திருப்பார்கள் என்றார் அராத்து. ப. சிங்காரம்னா யாருன்னு கேக்குறான்; இவனுங்க ந்யாபகம் வச்சுக்கிட்டு இருந்தா என்னா, இல்லாட்டி என்னா என்று கேட்டேன். என்னுடைய இலக்கு வேறு நண்பர்களே...

கண்ணன், உங்களைப் புண்படுத்தியிருந்தால் மன்னியுங்கள். அது என் நோக்கம் அல்ல. நாம் என்ன வேலை செய்து கொண்டிருக்கிறோம்; எந்தச் சூழ்நிலையில் அந்த வேலையைச் செய்து கொண்டிருக்கிறோம் என்பதைச் சுட்டிக் காட்டவே இதை எழுதினேன். இங்கே ஒரு எழுத்தாளன் செயல்பாட்டாளனாக இருக்க வேண்டியிருக்கிறது. ஜெயமோகனும் எஸ். ராமகிருஷ்ணனும் நானும் அதைப் பல்வேறு தளங்களில் செய்து கொண்டிருக்கிறோம். எனவே மாளிகைகளில் அமர்ந்து கொண்டு எங்களை விமர்சிக்காதீர்கள் என்பதே என் வேண்டுகோள்.

★★★

நாங்கள் என்ன செய்து கொண்டிருக்கிறோம்? (2)

Dear Sir,

I read your post this morning, about the letter to Mr. Kannan.

There is a core sincerity in your writings, even when it's just a letter intended to a person.

The amount of sincerity which I could see in your writings throws young people like me to shame because we rarely have any such sincerity on any one thing in life.

I do not have any qualification to criticise or even appreciate you. I am sure that you will be remembered in history, like Si.su.Chellappa and Ka.Na.Su, apart from your straight literary contributions.

Zero degree translation was excellent and your writings have a style where the writings have an universal appeal. I do not know to explain these things but I can sense them in your writings. I am not a great fan of your writings, no, not so but am great fan of your sincerity in writings.

It is better to be on the losing side of a game rather than giving a useless running commentary on it.That would be my reply to Mr. Kannan.

Ramkumar Sathurappan

டியர் ராம்குமார்,

உங்கள் கடிதத்துக்கு என் மனமார்ந்த நன்றி. உங்கள் கடிதம் மேலும் சில விஷயங்களை எழுதத் தூண்டுகிறது. அதாவது, என்னுடைய நேர்மைக்காக நான் பலரையும் பகைத்துக் கொள்ள வேண்டியிருக்கிறது. நான் எழுதிய சினிமா விமர்சனங்களால் பல சினிமாக்காரர்களுக்கு நான் ஜென்ம வைரி. சினிமா என்று அல்ல; தினசரி வாழ்க்கையில் கூட இப்படித்தான் பலரையும் வருத்தப்பட வைக்கிறேன். பாருங்கள், என் பொருட்டு ஒரு ஆண்டுக் காலம் ராப்பகலாக உழைத்த ஜெயேஷ், “என்னைத் தவிர்க்கிறீர்களா?” என்று கேட்கும் அளவுக்கு ஆகி விட்டது. இரண்டொரு தினங்களில் நான் கோணல் பக்கங்களைக் கொடுக்க வேண்டிய இக்கட்டான நிலை.

கண்ணன் என் நெருங்கிய நண்பர்களில் ஒருவர். அதனால் அந்தக் கட்டுரையை நான் மிகுந்த வேதனையுடன்தான் எழுதினேன். ஏனென்றால், எக்காரணம் கொண்டும் என் மொழிபெயர்ப்பாளர்கள் விமர்சிக்கப்படுவதை என்னால் அனுமதிக்க முடியாது. பாருங்கள், அந்த காமெண்டுகளைப் படித்து விட்டுத் தன் மொழிபெயர்ப்பையே நிறுத்தி விட்டதாக எழுதியிருந்தார் ஜேகே என்ற நண்பர். என் கட்டுரையைப் படித்த பிறகுதான் திரும்பவும் ஆரம்பித்தாராம். இப்போது புரிகிறதா என் கட்டுரையின் காரணம்?

மேலும், இதெல்லாம் மிகவும் *relative* ஆன விஷயங்கள். ஒரே நாவல் புகழ் அருந்ததி ராய்க்கு புக்கர் பரிசு கொடுக்கப்பட்ட போது பரிசுக்கான காரணமாக புக்கர் நிறுவனம் சொன்னது, அருந்ததி ராய் தன் நாவலின் மூலம் ஆங்கில மொழியை மிகவும் செழுமைப்படுத்தியிருக்கிறார். ஆனால் ஆங்கிலத்தை முறையாகப் பயிலாத எனக்கே அவருடைய நாவலில் பக்கத்துக்கு ரெண்டு தப்பு புலப்பட்டது. *Undress, disrobe* என்ற வார்த்தைகளுக்குக் கூட வித்தியாசம் தெரியாமல் மட்டமாக எழுதியிருந்தார் அவர். யார் அவருடைய ஆங்கிலத்தை மோசம் என்று விமர்சிக்கிறார்கள்? அவருடைய ஆங்கிலத்தை விட என் மொழிபெயர்ப்பாளர்களின் ஆங்கிலம் ஒன்றும் குறைந்து விடவில்லை. குறைந்திருக்கிறது என்றால் அதை யாரேனும் சுட்டிக் காட்ட வேண்டும். பொத்தாம்பொதுவாக உளறக் கூடாது. நாதன் கூட மொழிபெயர்ப்பு சரியில்லை என்றார். பலருக்கும் சாமான் கூடத்தான் சரியாக வேலை செய்ய

மாட்டேன் என்கிறது. அதற்காக அதை வெட்டியா போட்டு விட்டார்கள் மிஸ்டர் நாதன்? இருப்பதைக் கொண்டுதானே உச்சம் தொட வேண்டியிருக்கிறது? நான் என்ன சொல்வது? உங்களுக்குத் தெரியாதது அல்ல.

மிகவும் எதிர்மறையான சூழ்நிலையில்தான் நாம் வேலை செய்ய வேண்டியிருக்கிறது. அதனால் விமர்சனங்களைக் குப்பையில் போட்டு விட்டு நம் பணியைப் பற்றி மட்டுமே சிந்திப்போம்.

என் பெயர் மட்டும் அல்ல; என் மொழிபெயர்ப்பாளர்களின் பெயரும் காலத்தால் அழியாமல் நிற்கும்.

சாரு

அராத்து:
அத்தனைக்கும் ஆசைப்படு!

நீங்கள் ஏன் ட்விட்டரில் நுழைந்து ட்வீட்டுகளைப் போடக் கூடாது என்று என்னிடம் அடிக்கடி கேட்டுக் கொண்டிருப்பார் அராத்து. எனக்கு அந்த ஆசை இல்லை என்பேன். ஏனென்றால், என் நாவலில் வரப் போகும் வாக்கியங்களை எடுத்து நான் ட்விட்டருக்கு தானமாக அளிக்கக் கூடாது. இந்த நிலையில் அராத்து ட்விட்டரில் கலக்கிக் கொண்டிருக்கிறார். அவருடைய ட்வீட்டுகளையெல்லாம் ஏன் புத்தகமாகத் தொகுத்துப் போடக் கூடாது என்று அவரிடம் நான் அடிக்கடி கேட்டுக் கொண்டிருப்பேன். அதன்படி இப்போது அராத்துவின் ட்வீட்டுகள் புத்தகமாக வர இருக்கிறது. கிழக்கு பதிப்பகம் மூலம். அந்த ட்வீட்டுகளையெல்லாம் ஒருசேரப் படித்துப் பார்த்தேன். ரகளை, அமர்க்களம், அட்டகாசம். உதாரணத்துக்கு ஒரு ட்வீட்.

“லேடீஸ் ஹாஸ்டலுக்குள் நுழைந்தேன். சத்குரு சொன்னது சரிதான்.

அத்தனைக்கும் ஆசைப்படு.”

★★★

Morgue Keeper: A Review

என் எழுத்தின் மீது ஈடுபாடு கொண்ட வாசகர்களை அமேஸான் மூலம் கிண்டிலில் வெளிவந்திருக்கும் என்னுடைய சிறுகதைத் தொகுதியான *Morgue Keeper*-ஐ வாங்கிப் படிக்கும்படி மீண்டும் கேட்டுக் கொள்கிறேன். முகநூலில் இது பற்றி எழுதியபோது, "இப்படியும் ஒரு விற்பனைத் தந்திரமா? இதை விடப் பிச்சை எடுக்கலாம்" என்று சுமார் 20 முகநூல் 'நண்பர்கள்' எழுதியிருந்தார்கள். என்னுடைய நூலை நீங்கள் வாங்குவதோ வாங்காமல் இருப்பதோ அவரவர் விருப்பம். ஆனால், "உங்களுடன் நண்பராக இருக்க முடியுமா?" என்று கேட்டு என் நண்பராக விருப்பம் தெரிவிக்கும் ஒரு நபரை, "நீங்கள் என் நூலை வாங்கினால் மட்டுமே நீங்கள் என் நண்பராக இருக்க முடியும்" என்று கேட்பது என்னுடைய உரிமை. என்னை கொடூரமாக வெறுக்கும் ஒருவன் எனக்கு எப்படி நட்பு விண்ணப்பம் அனுப்புகிறான் என்பதை என்னால் புரிந்து கொள்ளவே முடியவில்லை. 170 ரூ. கொடுத்துப் புத்தகம் வாங்க முடியாத ஒருவன் ஒரு எழுத்தாளனைப் பார்த்து அவதூறு செய்கிறான். புத்தகம் என்றாலே அசிங்கம் என்று நினைக்கும் மடையர்களை என்னவென்று வர்ணிப்பது? அப்படிப்பட்ட மடையர்கள் ஏன் ஒரு எழுத்தாளனுக்கு நட்பு வேண்டுகோள் அனுப்புகிறார்கள்?

யாராவது நடிகைக்கு வேண்டுகோள் அனுப்ப வேண்டியதுதானே?

இதற்கிடையில் இன்னொரு ஸைக்கோ அமேஸானில் போய் வேறு வேறு பொய்ப் பெயர்களில் என்னைப் பற்றி பல்வேறு அவதூறுகளை எழுதிக் கொண்டிருக்கிறது. கதைகள் குப்பை; மொழிபெயர்ப்பு அதை விடக் குப்பை என்று. மொழிபெயர்ப்பு செய்தது மொத்தம் ஆறு பேர். ஆறு பேரின் மொழிபெயர்ப்பும் எப்படி குப்பையாக இருக்க முடியும் என்பது கூட அந்த ஸைக்கோவுக்குத் தெரியவில்லை. பரவாயில்லை. அந்த ஸைக்கோவும் எனக்காகக் கடவுளால் அனுப்பப்பட்டவர்தான் என்று புரிந்து கொள்கிறேன்.

இப்போது *Morgue Keeper* பற்றித் தமிழில் ஒரு மதிப்புரை.

http://www.pichaikaaran.com/2012/12/blog-post_27.html

★★★

டிஸம்பர் 18

டிஸம்பர் 18 அன்று என்னுடைய பிறந்த நாளை வாசக நண்பர்களுடன் கொண்டாடுவதற்காக மகாபலிபுரத்தில் கூடினோம்.

குமார் என்ற நண்பர் வீட்டிலிருந்து கோழி வறுவல் கொண்டு வந்திருந்தார்.

செல்வகுமாரும் கருப்பசாமியும் ஏகப்பட்ட பண்டங்களைக் கொண்டு வந்திருந்தனர். வெங்காய வடாம் பிரமாதமாக இருந்தது. தம்பி உடையான் படைக்கஞ்சான் என்ற பழமொழிக்கேற்ப எப்போதும் என் பக்கத்தில் நிற்பவர்கள்.

அராத்து (இவர் பற்றி எழுதினால் பெண்களிடமிருந்து ‘மாத்து’ விழும் என்பதால் வேண்டாம்).

முகிலன் (திருச்சி) பிறகு சொல்கிறேன். செம மேட்டர் உள்ளது.

சி. சுப்ரமணியன் (இவர்தான் *Morgue Keeper* நூலுக்கு அட்டைப் படம் வரைந்தவர். அது மட்டுமல்லாமல் என் உருவத்தைக் கோட்டு ஓவியம் வரைந்து கொண்டு வந்திருந்தார். அப்படியே அச்சு அசலாக இருந்தது. ஒரு நாள் முழுவதும் செலவாகி இருக்கும்).

குரோம்பேட்டையிலிருந்து லோகேஷ் (இவர் கப்பலில் பணி புரிந்தவர் என்பதால் பல நாடுகளுக்குச் சென்றிருக்கிறார்;

இவரோடு விரிவாகப் பேச முடியவில்லை; போன் நம்பர் கேட்டு வாங்கி வைத்துக் கொண்டேன்).

திருச்சியிலிருந்து பாலா.

நண்பர்களிடம் நான் சொன்னேன். நேற்றுதான் யாரோ ஒரு வாசகர் என் கைத்தொலைபேசிக்கு 500 ரூபாய்க்கு டாப் அப் செய்திருக்கிறார். அந்த வாசகரின் அன்பு என்னை நெகிழச் செய்கிறது. அப்போது குறுக்கிட்ட பாலா ஏதோ தவறு செய்து விட்டதான குரலுடன், "அவ்வளவுதான் முடிந்தது சாரு; ஸாரி" என்றார். நான் பதறிப் போய் விட்டேன். எனக்கு அவர்தான் அது என்று தெரியாது. அவரிடம் பிறகு ஒரு சமயத்தில், "நீங்கள் என்ன வேலை செய்கிறீர்கள்" என்று கேட்டேன். ஒரு வேலையைச் சொன்னார். "அந்த வேலைக்கு சம்பளம் அதிகமாக இருக்காதே?" என்றேன். "8000 ரூ." என்றார். அதிர்ந்தே போனேன். வேண்டாம் பாலா. இப்படிச் செய்யாதீர்கள்; உங்கள் அன்பே போதும். ஏனென்றால், மற்ற சிலரைப் போல் எல்லா வாசகர் வட்ட சந்திப்புகளிலும் தவறாமல் கலந்து கொள்கிறார் பாலா. அதோடு, வாய் திறந்து பேசவும் மாட்டார். மௌனமான பார்வையாளர்.

கார்த்திக் (புது வரவு. இவர் என் பக்கத்தில் இருந்தால் யானை பலம் பிறக்கிறது. அராத்துவுக்கு நேர் எதிர். அதாவது, வெகுளி. மகாபலிபுரத்தில் இவரிடம் நான், "உங்கள் வாழ்வில் எப்போதாவது கோபம் வந்துள்ளதா?" என்று கேட்டேன். ஓ அடிக்கடி வரும் என்றார். "எப்படி? கோபம் வந்தால் என்ன செய்வீர்கள்?" "மனதுக்குள் *donkey* என்று திட்டுவேன்" என்றார்.)

அவருக்கும் எனக்கும் நடந்த உரையாடல்.

கல்லூரி மாணவனைப் போல் இருந்தாலும் திருமணம் ஆனவர். காதல் திருமணம்.

ஓ... உங்கள் மனைவி படு *shrewd* ஆக இருக்கணுமே?

ஆமாம்... ஆமாம்... செம ஷ்ரூட். உங்களுக்கு எப்படித் தெரியும்?

உங்களைத் தேர்ந்தெடுத்து இருப்பதிலிருந்தே தெரியலியா?

பிச்சைக்காரன், நாதன் ஆகியோரும் சந்திப்பில் கலந்து கொண்டனர்.

மதுரையிலிருந்து இரவு 12.30க்கு காரில் கிளம்பி காலை ஆறு மணிக்கு மகாபலிபுரம் வந்து சேர்ந்த நண்பர்கள் பூர்ணசந்திரன், மனோ மற்றும் திருநெல்வேலியைச் சேர்ந்த ஸாம். காரில் இரவுப் பயணத்தைத் தவிர்ப்பது நல்லது என்று நீண்ட காலமாக எழுதி வருகிறேன். ஏதேனும் சந்தேகம் இருந்தால் நாதனைக் கேளுங்கள். கொடூர கதைகள் பல சொல்வார்.

சென்ற வாரம் நாதனுடன் நடந்த தொலைபேசி உரையாடல்:

அண்ணே, ஒரு sad newsணே...

சொல்லுங்க நாதன்...

நம்ம ஆளு ஒருத்தன் ஃபேமிலியோட போய்ட்டாண்ணே...

கார்லயா?

ஆமாண்ணே, நாதாரிப் பய... முந்தாநேத்துதாண்ணே ஸ்டேட்ஸ்லேர்ந்து வந்தான்... பெங்களூருக்குக் குடும்பத்தோட...

நைட்ல போனாரா?

ஆமாண்ணே...

ம்ஹ்ம்... ஓகே நாதன்... அப்புறம் கூப்பிடறேன்.

பல விஷயங்கள் பேசினேன். குறிப்பாக *ஸீரோ டிகிரி* பற்றி. கோணல் பக்கங்கள் பற்றி. அதையெல்லாம் அந்தப் புத்தகங்கள் இன்னும் சில நாட்களில் வெளிவரும் போது விரிவாக எழுத இருப்பதால் இங்கே வேண்டாம்.

சில நண்பர்கள் ஸலாத்-க்காக காய்கறிகளை நறுக்கிக் கொண்டிருந்தார்கள். நான் பெரும்பாலான நாட்களில் காலையில் ஸலாத் தான் சாப்பிடுகிறேன். நானேதான் நறுக்கிக் கொள்வேன். இதற்காக உங்கள் மனைவியை எதிர்பார்த்தால் அவர் வேறு எதையாவது நறுக்கி விடுவார், ஜாக்கிரதை. ஏனென்றால், அது அவ்வளவு 'நை நை' வேலை. ஆனால் விரும்பிச் செய்தால் அது ஒரு கொண்டாட்டம்தான். இதோ நான் சாப்பிடும் ஸலாத். எல்லோரும் நான் குடிப்பதை மட்டும்தானே கவனிக்கிறார்கள். ஸலாதையும் கவனியுங்கள்.

ஸலாதில் நான் சேர்க்கும் காய் வகைகள்:

தக்காளி

கேரட் (தோலை நன்றாக சீவி, நன்கு கழுவி விட வேண்டும். ஏன் என்று கேட்காதீர்கள். சொன்னால் அப்புறம் ஸலாத் ஆசையே போய் விடலாம். ஆனால் பயம் வேண்டாம். தோலை நன்றாக சீவி, கழுவி விட்டால் போதும்).

அரை முள்ளங்கி (காரத்துக்காக)

Capsicum (பச்சையில் கொஞ்சம், மஞ்சளில் கொஞ்சம், சிவப்பில் கொஞ்சம். கொஞ்சம் என்பதன் அர்த்தம் என்ன என்றால், ஒரே கேப்ஸிகம்மிலிருந்து கொஞ்சம் நறுக்கிக் கொள்ள வேண்டும். மீதியை குளிர்சாதனப் பெட்டியில் வைத்திருந்து மறுநாள் பயன்படுத்திக் கொள்ளலாம்).

Herbal cucumber

Broccoli (நன்றாகக் கழுவியது)

கோவைக் காய்

ஆலிவ் காய் ஏழெட்டு. இதை வட்ட வட்டமாக நறுக்கிக் கொள்ள வேண்டும்.

வெங்காயம்.

நான் இஞ்சியும் நறுக்கிப் போட்டுக் கொள்வேன். முடிந்தவரை இஞ்சியில்லாமல் எதுவுமே சாப்பிடுவதில்லை.

இந்த அய்ட்டங்களோடு உங்கள் கற்பனைத் திறனுக்கேற்ப இன்னும் சிலதையும் சேர்த்துக் கொள்ளலாம். அதற்காக முருங்கைக்காய், கத்தரிக்காய், சுரை, பூசணி, பரங்கி, பாகற்காய் போன்ற நாட்டுக் காய்களை சேர்க்கக் கூடாது. ஸலாத் என்பதே சீமைச் சரக்கு என்பதை கவனம் வைத்துக் கொள்ளவும்.

இதை ஒரு பீங்கான் பாத்திரத்தில் போட்டு கொஞ்சம் புதினா, கொஞ்சம் கொத்துமல்லி (எல்லாம் படு சுத்தமாகக் கழுவப்பட்டிருக்க வேண்டும்) நறுக்கிப் போட்டு, இதன் தலையில் ஒரு வண்டி உப்பைப் போடாமல் லேசாக - மிக லேசாக - உப்பு போட்டு, அதன் மேல் கொஞ்சமாக எலுமிச்சை போட வேண்டும். கவனியுங்கள். எலுமிச்சையைப் பிழிய வேண்டும்

என்று சொல்லவில்லை. எலுமிச்சையை தோலோடு மிக மிகக் குட்டியாக நறுக்கி ஸலாதில் போட வேண்டும். எலுமிச்சைத் தோலையும் சேர்த்து உண்ண வேண்டும் என்பதை நான் தாய்லாந்தில் கற்றுக் கொண்டேன். இங்கேயும் கூட சில தாய் உணவகங்களில் சாப்பிடுவதற்கு முன் ஒரு அய்ட்டம் கொடுப்பார்கள். வெற்றிலை, தோலோடு எலுமிச்சை, ஒன்றிரண்டு வேர்க்கடலை, இஞ்சி, துளியூண்டு பச்சை மிளகாய், கொஞ்சம் தேன் இது எல்லாவற்றையும் சேர்த்து வாயில் போட்டுக் கொண்டு பிறகுதான் சாப்பிட ஆரம்பிப்பது.

இதைத்தான் இருபது பேருக்குத் தயார் செய்தார்கள் மகாபலிபுரத்தில். இந்த வேலையில் யார் யார் ஈடுபட்டது?

நம்முடைய வாசகர் சந்திப்புகளில் இது போன்ற ஸலாத் அய்ட்டங்கள் வெகு விசேஷம். இன்னொரு ஸலாதையும் நண்பர்களோடு சேர்ந்து தயாரித்தார் அராத்து. அதில் வெறும் கீரை வகைகள் இருந்தன. முளைக்கீரை இல்லை சாமி. *Lettuce* போன்ற சீமைக் கீரை வகைகள். வெங்காயத் தாள். அதன் கீழே உள்ள வெங்காயம் உட்பட. *Celery sticks* என்று ஒரு அற்புதமான கீரை வகை உள்ளது. அதையும் சேர்க்க வேண்டும். மற்றும் பல.

அடா அடா.

நாகேஸ்வர ராவ் பார்க்கிலிருந்து திரும்பியதும் ஏதோ தியானம் பண்ணுவது போல் இத்தனை காய்கறிகளையும் நான் வெட்டிக் கொண்டிருப்பதைப் பார்க்கும் அவந்திகாவும் எனக்கும் கொஞ்சம் குடேன் என்பாள். சரி என்று அவளுக்கென்று தனியாக ஒரு பீங்கான் கிண்ணத்தில் தயார் செய்வேன். அவளுக்கு வெங்காயம் கூடாது. எலுமிச்சை கூடாது. கேரட் கூடாது. இதுபோல் இன்னும் சில கூடாதுகள்.

பழ ஸலாத் பற்றி வேறொரு சந்தர்ப்பத்தில் சொல்கிறேன். இப்போதே சொன்னால் திருஷ்டி போட்டு விடுவீர்கள்.

மாலையில் வந்த கார்த்திக், நம்முடைய வாசகர் வட்டத்தில் வரும் என் படங்களைக் கொண்ட அதே படத்தை கேக்கில் வரையச் செய்து எடுத்து வந்தார். பேசிக் களைத்து மாலையில் நான் உறங்கச் சென்றேன். அதற்கு முந்தின தினங்களில் நான் தொடர்ந்து உறங்காமல் இருந்தேன்.

அன்றைய தினம் நான் அருந்திய கோனியாக்கின் பெயர் *Baron Otard*. பெயரின் கவர்ச்சியால் ஈர்க்கப்பட்டு கோலாலம்பூரில் வாங்கினேன். ஆனால் குடித்த போது ரெமி மார்ட்டின் அளவுக்கு வரவில்லை. இனிமேல் எப்போதும் ரெமி மார்ட்டின் தான். இந்த எப்போதும் என்பதற்கு சரியான அர்த்தம் வாங்கிக் கொள்ளவும். 18-ஆம் தேதி நடந்த சந்திப்பு பற்றி 11 தினங்கள் கழித்து எழுதுகிறேன். அந்த அளவுக்கு வேலை.

நாளை காலை *Win TV* இல் கிம் கி டுக் படத்தைப் பற்றிப் பேசுகிறேன். அரை மணி நேரம் பேசுவதற்கு ஒரு நாள் முழுவதும் தயார் செய்ய வேண்டியிருக்கிறது. இது கொஞ்சம் விசேஷமான நிகழ்ச்சி. ஒரே இடத்தில் அமரச் செய்து பேசுங்கள் என்றால் கூட கடகடவென்று பேசி விடலாம். இது அப்படி அல்ல. ஒரு வேகத்தில் பேசிக் கொண்டிருக்கும் போதே “கட்” சொல்லி விடுவார் இயக்குநர். பிறகு இன்னொரு இடத்தில் அமர்ந்தோ நடந்து கொண்டோ பழைய வேகத்திலேயே பேச வேண்டும். இது போல் இரண்டு நிமிடத்துக்கு ஒரு கட். இதெல்லாம் ஒரு சமூக சேவை. காசு ஒரு சல்லி கிடைக்காது. ஏனென்றால், வின் டிவி லாபத்தில் நடக்கும் நிறுவனம் அல்ல என்கிறார்கள்.

எதற்குச் சொல்கிறேன் என்றால், நான் குடிப்பதை மட்டும் எடுத்துக் கொள்ளாதீர்கள் என்பதற்காகத்தான். ஒரு மாதத்திலேயே ஒன்றிரண்டு முறைதான் குடிக்கிறேன். அதிலும் கோனியாக், ஒயின் இப்படி. அதிலும் இந்திய ஒயினைத் தொடுவதில்லை. இந்தியாவில் ஆன்மீகத்தைத் தவிர வேறு எதுவும் தரமாக இல்லை. கடல் கூட இந்தியாவில் குமுறுகிறது. தாய்லாந்துக் கடல் தாய் பெண்களைப் போலவே நம்மோடு கொஞ்சிக் குலவுகிறது. அலையையே பார்க்க முடியவில்லை. கடல் நீரில் உப்பு அதிகம் இருப்பதால் நாம் அந்தக் கடலில் நம் முயற்சி இல்லாமலேயே தக்கையைப் போல் மிதக்கிறோம். இதெல்லாம் இந்தியக் கடலில் சாத்தியமா? இந்தியா என்றாலே மூர்க்கம்தான்.

உறங்கி எழுந்து வந்த போது கேக்கோடு வந்தார் கார்த்திக். நான் கடலில் இறங்கவில்லை. இவ்வளவு மூர்க்கமான கடலில் இறங்குவதில் எனக்குப் பிரியமில்லை. அதன் பிறகு மீன் உணவு, ஸலாத், கோனியாக். பேச்சு. பேச்சு. திடீரென்று சோமன் போனில் அழைத்தார். “எங்கே இருக்கிறீர்கள்?” என்றேன். அவருடைய

இரண்டாவது வீடான நாகேஸ்வர ராவ் பார்க் என்றார். மாலை அப்போது ஏழு. "சடாரென்று கிளம்பி மகாபலிபுரம் வாருங்களேன்... இன்று என் பிறந்த நாள்" என்றேன். சடாரென்று கிளம்பி வந்து விட்டார். வந்த போது இரவு மணி பத்து.

சற்று நேரத்தில் கடற்கரையில் வட்டமாக அமர்ந்து கொண்டோம். சோமன் தன் சங்கீதத்தை ஆரம்பித்தார். அவர் ஒரு அற்புதமான கர்னாடக இசைக் கலைஞர். பார்க்கில் பழக்கம். நாலு வருடம். நாலு வருடமாக அவரை எனக்காகப் பாடும்படி கேட்டுக் கொண்டிருக்கிறேன். பாடவில்லை. லேசாகச் சிரித்துக் கொண்டு போய் விடுவார். எனக்கு எரிச்சலாக இருக்கும். ஒரு ரசிகன் கேட்கிறேன். பாட மாட்டேன் என்கிறாரே? ஆனால் ஒன்றிரண்டு நாவல்கள் எழுதும் அளவுக்கு இசை பற்றிய, இசைக் கலைஞர்கள் பற்றிய கதைகளைச் சொல்லி இருக்கிறார்.

அந்தக் கடல் அலைக்கும் அவருடைய பரந்து விரிந்த குரலுக்கும் பிரமாதமாக இருந்தது. ஒரு மணி வரை கச்சேரி நடந்தது. இடையிடையே விளக்கங்கள் வேறு. நானும் என் சந்தேகங்களையெல்லாம் கேட்டேன். (இப்போது எதுவும் ஞாபகம் இல்லை; மன்னிக்கவும்). தவில் கலைஞர்களின் விரல்களில் வெள்ளையாக மாட்டி இருப்பார்களே, அதன் பெயர் தொப்பி. அந்தத் தொப்பி பற்றி அவர் சொல்லியவற்றை மட்டுமே நூறு பக்கம் எழுதலாம்.

முடியும் தறுவாயில் அங்கே வந்த போலீஸ்காரர் ஒருவர் எங்களையெல்லாம் பொறுக்கிகள் என்று நினைத்துக் கொண்டு ஒருமையில் பேசி விரட்டினார். அராத்து எங்கள் வெளிச்சத்துக்காக ஏற்பாடு செய்து வைத்திருந்த சிறிய டார்ச் லைட்டின் வெளிச்சத்தை வைத்துத்தான் அந்தப் போலீஸ்காரர் அங்கே வந்திருக்க வேண்டும். பிறகு அங்கிருந்து கிளம்பி ஓட்டல் வாசலுக்கு வந்து - அங்கேயும் கடல் தான் - அராத்துவின் காரை மணலில் போட்டு விட்டு, காரிலிருந்து செம பாடல்களைப் போட்டு நடனத்தை ஆரம்பித்தோம்.

உறக்கம் வரும் வரை ஆடி விட்டு நான் அறைக்குக் கிளம்பினேன். மறுநாள் காலையில்தான் தெரிந்தது. கார் மணலில் இருந்த பள்ளத்தில் சிக்கி விட்டதாம். பத்து பேராலும் எடுக்க முடியாமல்

அந்தப் பக்கமாக வந்த லோக்கல் ஆட்கள் நாலு பேரின் உதவியால் காரை அப்படியே மேலே தூக்கி வைத்திருக்கிறார்கள்.

காலையில் எழுந்த பின் முகிலன் உங்களிடம் ஒரு விஷயம் பேச வேண்டும் என்றார். என்ன விஷயம் என்றால், அவர் தான் ஒரே மாதத்தில் தேகம் நாவலை மொழிபெயர்த்த, எனக்கு முகம் தெரிந்திராத ஸாம். ஒரு சஸ்பென்ஸாகச் சொல்ல இருந்தாராம்.

வந்து சிறப்பித்த அனைத்து நண்பர்களுக்கும் என் மனப்பூர்வமான நன்றி.

★★★

யாருக்காக எழுதுகிறேன்?

நீயா நானா நிகழ்ச்சியில் கலந்து கொண்டு விட்டு வெளியே வந்தேன். கலந்துரையாடல் நடந்த போது அந்தக் கூட்டத்தில் நான் ஒரு அந்நியனாகவே உணர்ந்தேன். அன்றைய நிகழ்ச்சிக்கு அழைக்கப்பட்டிருந்த எல்லோருமே எழுத்தாளர்கள். ஆனால் அவர்கள் பேசியவை எல்லாமே ஏதோ பாரதிராஜாவின் படத்தில் வரும் பாடல் காட்சியில் வரும் ஹீரோவைப் போன்ற உணர்வெழுச்சியோடு தங்கள் ஊரைப் பற்றியும் உறவுகள் பற்றியும் ரொமாண்டிக்காக ஏதேதோ பேசிக் கொண்டிருந்தனர். அவர்கள் சொன்ன ஊர்களெல்லாம் வெறும் குப்பைக் காடுகள். அந்த ஊர்களின் பஸ் ஸ்டாண்டில் ஒரு நிமிடம் நின்றாலே போதும், மூத்திர நாற்றத்தில் குமட்டிக் கொண்டு வரும். அதையெல்லாம் ஏதோ சொர்க்கலோகத்தைப் போல் பேசிக் கொண்டிருந்தார்கள். மயிலாடுதுறை ஒரு அற்புதமான ஊர் என்று வர்ணித்தார் ஒரு எழுத்தாளர். திருநெல்வேலியின் அற்புதத்தைப் பற்றி அளந்தார் இன்னொருத்தர். எல்லோரும் எழுத்தாளர்கள். குண்டும் குழியுமான சாலைகள். எங்கு பார்த்தாலும் மூத்திர நாற்றம். குப்பை. மூடாத சாக்கடையில் மிதக்கும் மலம். இதெல்லாம் ஏன் அற்புதங்களாகி விட்டன என்றால் இந்த எழுத்தாளர்கள் அங்கே பிறந்திருக்கிறார்கள். அட பகவானே!

இந்த ரீதியிலேயே கலந்துரையாடல் இருந்ததால் வாயையே திறக்காமல் நிகழ்ச்சி முடிந்ததும் வெளியே வந்தேன். அப்போது இனிமையான தோற்றமும் மலர்ச்சியான முகமும் கொண்ட

ஒருவர் என்னை அணுகித் தன் பெயரைச் சொன்னார். ஏன் தோற்றத்தையும் முகத்தையும் பற்றிச் சொன்னேன் என்றால், எழுத்தாளன் என்றாலே அவன் முகம் கருவண்டு அடித்தது போல் தென்படுகிறது. ஒருவேளை என்னைப் பார்த்ததும் அப்படி மாறி விடுகிறதா, அல்லது, இயல்பிலேயே அப்படியா என்று தெரியவில்லை.

என்னோடு அறிமுகம் செய்து கொண்ட நண்பரின் பெயர் ராஜகோபாலன். எனக்கு உடனடியாக நினைவுக்கு வந்தது கு.ப. ராஜகோபாலனின் பெயர். என் பழக்கம் அப்படி. எந்தப் பெயரும் நினைவில் தங்காது என்பதால் இப்படிப் பழகிக் கொண்டேன். ஆனால் அதற்கு எந்த அவசியமும் வைக்காமல் நண்பர், "நான் விஷ்ணுபுரம் இலக்கிய வட்டத்தைச் சேர்ந்தவன்" என்றார். ஒருக்கணம் அதிர்ந்தே போனேன். 'அந்த வட்டத்தைச் சேர்ந்தவர்கள் எல்லாம் நம்மைப் பார்த்தால் முறைப்பார்கள்; பழிப்பு காட்டுவார்கள்; அல்லது, இடித்துத் தள்ளி விட்டுப் போவார்கள் என்றல்லவா நினைத்தோம்; இது என்ன, இந்த மனிதர் இவ்வளவு சிநேகமாக வந்து இவ்வளவு இனிமையாகப் பேசுகிறார்' என்று நினைத்தேன். முன்பு அப்படியெல்லாம் நினைத்ததற்காக வருத்தமும் அடைந்தேன்.

ஆனால் ராஜகோபாலனும் கூட என்னைப் பற்றி அப்படியே நினைத்திருக்கிறார் என்பதை அவர் பேச்சிலிருந்து உணர்ந்து கொண்டேன். சாரு நிவேதிதா ஒரு முரடன்; கோபக்காரன்; ஹலோ சொன்னதுமே கன்னத்தில் பளார் என்று ஒரு அறை விடுவான். என்னைப் பற்றிய இமேஜ் இப்படித்தானே இருக்கிறது? இந்த இமேஜ் எதனால் வந்ததென்று எனக்கு நன்றாகத் தெரியும். ஆனால் அதற்காக நான் ஒன்றுமே செய்ய முடியாது. என் எழுத்தில் தெரியும் உஷ்ணமே இதற்குக் காரணம். அந்த உஷ்ணம் எனது சமரசமற்ற தன்மையினால் உருவாவது.

எதையும் விமர்சிக்காமல் இருந்தால் நல்லவன்; இனியவன். எல்லாவற்றையும் பாராட்டிக் கொண்டிருந்தால் நல்லவன்; இனியவன். என்னால் அது ஆகாது. ஒரு நண்பர் தான் எழுதிய நாவலை எனக்கு அனுப்பினார். அவர் அனுப்பினார் என்பதால் படித்தேன். ஒரு பக்கத்தைக் கூட படிக்க முடியவில்லை. சொன்னேன். அவரோ நான் பாராட்டியே தீர வேண்டும் என்று எதிர்பார்க்கிறார். என்ன செய்ய முடியும்? நான் ஒரு முரடன்

என்றே அவர் எல்லோரிடமும் என்னைப் பற்றிச் சொல்லிக் கொண்டிருப்பார். அதற்கு நான் என்ன செய்யட்டும்? அதைப் போலவேதான் சினிமா துறையிலும். தமிழ் சினிமாவில் எனக்கு மிகப் பிடித்தமான ஒரு இயக்குனர் என் நண்பரிடம் சொன்னாராம். “சாரு என் படத்தைத் திட்டித்தானே எழுதுவார்?”

அவருடைய ஒவ்வொரு படத்தைப் பற்றியும் மாய்ந்து மாய்ந்து மதிப்புரை எழுதியிருக்கிறேன். அக்கட்டுரைகளில் அவரது படங்களைக் கொண்டாடி இருக்கிறேன். அவருடைய ஐந்து படங்களைப் பற்றித் தொடர்ந்து பாராட்டித் தள்ளியிருக்கிறேன். அவரை எனக்கு நேரடியாகத் தெரியாது. எனக்கு அவர் படம் முக்கியம். ஆனால் நான் எழுதியது எதுவுமே அவருக்குத் தெரியவில்லை. அப்படியிருந்தால் கூடப் பரவாயில்லை. நான் அவர் படங்களைத் திட்டி எழுதியிருக்கிறேன் என்பதாக அவருக்கு செவி வழிச் செய்திகள் போயிருக்கின்றன. இப்போது கூட அவர் பெயரை இங்கே குறிப்பிடாததற்குக் காரணம், அவரை மீண்டும் திட்டியிருக்கிறேன் என்று அவரது அத்யந்த நண்பர்கள் அவரிடம் சொல்வார்கள் என்பதால்தான்.

இங்கே என்ன தேவைப்படுகிறது என்றால் ஏழெட்டு பக்கங்களுக்கு மாய்ந்து மாய்ந்து எழுதவெல்லாம் வேண்டாம். அவருக்கு ஒரு போனைப் போட்டு, “சார், உங்க படம் உலக காவியம், ஆ ஓ” என்று ரெண்டு வார்த்தை பாராட்டி, நேரில் சந்தித்து ஹி ஹி என்று இளித்தால் போதும். நான் அவருடைய *good books* இல் இருப்பேன். நான் அப்படிப்பட்டவன் அல்லவே; எழுத்தாளன் ஆயிற்றே?

இதுதான் காரணம்.

என் எழுத்தில் தெரிவது ரவுடித்தனம் அல்ல; சமரசமற்ற தன்மையின் ஜ்வாலை. அதனால்தான் நேர்வாழ்வில் என்னால் குளிர்மை ததும்ப வாழ முடிகிறது. நேற்று காலை நடந்த சம்பவம் இது. நான் பப்புவை வாக்கிங் அழைத்துச் சென்றேன். அது சாலையின் நடுவே மலம் கழித்தது. யார் வீட்டு வாசலுக்கும் அதை அழைத்துச் செல்ல மாட்டேன். நடுச் சாலை அது. அது கூட யார் வீட்டுக்கும் முன்னால் உள்ள சாலை அல்ல. அதற்கு எதிரே ஒரு பாழடைந்த இடம்தான் இருந்தது. ஆனால் அந்த இடத்துக்குச் சம்பந்தமே இல்லாத பக்கத்து வீட்டு மாடியிலிலிருந்து

40 வயது மதிக்கத்தக்க ஒரு பணிப்பெண், "டேய், உன் வீட்டு வாசல்ல இப்படி போனா சும்மா இருப்பியாடா?" என்று என்னை நோக்கிக் கேட்டார். நான் கொஞ்சமும் சலனம் இல்லாமல் நாயை அழைத்துக் கொண்டு வந்து என் வீட்டுத் தோட்டத்தில் விட்டு விட்டு ஒரு துணியை எடுத்துச் சென்று அந்த மலத்தை மண்ணோடு எடுத்து குப்பையில் போட்டு விட்டு வந்தேன்.

ஆனால் அந்தப் பெண் என்னை டேய் என்று விளித்தது சற்று மன வருத்தத்தை அளித்தது. ஆனாலும் அது நான் செய்த தவறால்தான் என்று என்னை சமாதானம் செய்து கொண்டேன். என் கையிலேயே துணி இருந்திருக்க வேண்டும். இருந்தாலுமே கூட என்னை ஒரு பெண் டேய் என்று விளித்தது பற்றிக் கொஞ்சம் வருத்தமே ஏற்படுகிறது. ஆனால் உங்களில் யாரேனும் இப்படிப்பட்ட சந்தர்ப்பத்தில் - எந்தத் தவறும் செய்யாமல் - டேய் என்று விளிக்கப்பட்டால் இப்படி சலனமற்று வருவீர்களா? வேறு ஒருமுறை இப்படி நடந்த போது பக்கத்தில் துணியோ பேப்பரோ எதுவும் இல்லை. அந்தப் பெண்மணியோ பெரும் சண்டைக்கு ஆயத்தமாவது போல் தெரிந்தது. அது எல்லாவற்றையும் விட பப்பு அந்தப் பெண்ணின் வீட்டு வாசலில் மலம் போயிருந்தது. என் கவனக்குறைவே காரணம். ஒரு நொடி கூட யோசிக்காமல் என் சட்டையைக் கழற்றி அந்த மலத்தை எடுத்துக் கொண்டு வந்து குப்பையில் போட்டு விட்டு சட்டை இல்லாமலே வெற்று உடம்புடன் வீட்டுக்கு வந்தேன். இதை ஒரு நிகழ்ச்சியில் சொன்னபோது, "இப்படிச் செய்ய வேண்டும் என்பது உங்கள் ஆசையா? உண்மையில் நடந்ததா?" என்று கேட்டார் ஞாநி. நம்புவதற்குக் கூட கஷ்டமாக இருக்கிறது நான் நடந்து கொள்ளும் விதம்.

இப்படிப்பட்ட எனக்கு முரடன் இமேஜ் என்றால் என் எழுத்தின் சமரசமற்ற தன்மை பற்றி நான் பெருமை அல்லவா கொள்ள வேண்டும்?

ராஜகோபாலனுடன் நிறைய பேச வேண்டும் என்று தோன்றியது. ஆனால் அலுப்பூட்டும் எழுத்தாளர் கூட்டத்தில் நீண்ட நேரம் அமர்ந்திருந்ததால் வீட்டுக்குப் போக வேண்டும் என்று தோன்றியது.

சரி, இந்தப் பதிவை எழுதியதற்கு முக்கியமான காரணம், ராஜகோபாலன் கேட்ட ஒரு கேள்விதான்.

"சாரு, நீங்கள் விளிம்பு நிலை வாழ்வு பற்றி எழுதுகிறீர்கள். சரி. ஆனால் அது ஒரு கட்டத்தில் elevate ஆக வேண்டும் என்று நீங்கள் உணரவில்லையா?"

நான் சொன்ன பதில்: உங்கள் கேள்விக்கு என்னால் பதில் சொல்ல முடியவில்லை. ஏனென்றால் எனக்கு பதில் தெரியவில்லை.

ஆனால் காரில் ஏறி அமர்ந்ததுமே எனக்கு பதில் தெரிந்து விட்டது. அது இதுதான்:

Elevate ஆகிறதா இல்லையா என்பது மிகவும் subjective ஆன விஷயம். என்னுடைய மிக நெருங்கிய நண்பர்களெல்லாம் அந்த elevationஐ உணர்ந்திருக்கிறார்கள்.

இலக்கிய ரசனை என்பது அவரவர் விருப்பத்தைப் பொறுத்தது என்று தோன்றுகிறது. உலகமே போற்றும் காஃப்கா, ஆல்பர் கம்யு ஆகியோரை என்னால் வாசிக்கவே முடியவில்லை. ஒவ்வாமை ஏற்படுகிறது. ஆனால் கம்யூவின் சமகாலத்தவரான ஜார்ஜ் பத்தாயை (Georges Bataille) என்னால் விருப்பத்துடன் படிக்க முடிகிறது. ராஜகோபாலன் போன்ற நண்பர்களுக்கு ஜார்ஜ் பத்தாயைப் படித்தால் நிச்சயம் இலக்கிய அனுபவம் கிடைக்க வாய்ப்பு இல்லை. ஒரு வாசகனாகப் பார்த்தால் ஸீரோ டிகிரி, ராஸ லீலா, எக்ஸைல் ஆகிய மூன்று நாவல்களும் சிருஷ்டித்துவத்தின் உச்சம் என்று தோன்றுகிறது. அது எனக்குப் போதும். மற்றபடி ராஜகோபாலனுக்கு அது மேன்மையான இலக்கிய அனுபவத்தைக் கொடுக்கவில்லை அல்லது என் நண்பர் அராத்துவுக்கு மகத்தான இலக்கிய அனுபவத்தைக் கொடுத்தது என்பதெல்லாம் என் இலக்கிய வாழ்வுக்குப் புறம்பான விஷயங்கள். ஏனென்றால், நான் வாசகனைப் பற்றி யோசித்தால் எத்தனை லட்சம் வாசகர்களைத் திருப்திப்படுத்த முடியும்? ராஜகோபாலனுக்கு இந்த நாவல்களில் elevation இல்லையா, சந்தோஷம். அராத்துவுக்கு இருந்ததா, அதை விட சந்தோஷம். ராஜகோபாலன் போன்ற நண்பர்களுக்குப் பெரும் திருப்தியையும் ஆனந்தத்தையும் ஏற்படுத்தும் அளவுக்கு நான் எழுத வேண்டும் என்றால் நான் ஜெயமோகனாக மாற வேண்டும். அது சாத்தியமா என்ன?

★★★

நண்பர்கள் (1)

ஒவ்வொரு ஞாயிறு அன்றும் காலை பத்தரை மணிக்கு *நான் பார்த்த சினிமா* என்ற தலைப்பில் அரை மணி நேரம் நான் பேசுவது ஒளிபரப்பாவது உங்களுக்குத் தெரிந்திருக்கும். என்னிடம் தொலைக்காட்சிப் பெட்டி இல்லாததால் நான் அதைப் பார்க்க முடிவதில்லை. இருந்தாலும் நண்பர் செல்வகுமார் அந்த நிகழ்ச்சியை பதிவு செய்து யூட்யூபில் வெளியிட்டு வருகிறார். நான் இந்த நிகழ்ச்சிக்காக மிகுந்த பிரயாசை எடுத்துக் கொள்கிறேன். ஏனென்றால், சினிமா துறை பற்றி ஆர்வம் உள்ளவர்களுக்கு என் உரைகள் பாடமாக இருக்கும். இந்த வரிசையில் நான் சில முக்கியமான உலகத் திரைப்படங்கள் பற்றிப் பேசலாம் என்று இருக்கிறேன். அதிலும் அவ்வளவாக பிரபலம் ஆகாத படங்களாக எடுக்கலாம் என்று திட்டம். ஹிட்லர் பற்றி ஹிட்லரே எடுத்த ஒரு முக்கியமான ஆவணப் படத்தைப் பற்றியும் பேச எண்ணம் உள்ளது.

இந்த நிலையில் இன்றைய தினம் பேசிய கிம் கி டுக் படம் பற்றி வெள்ளிக்கிழமை ஒளிப்பதிவு செய்யப்பட்டது. வெள்ளிக்கிழமை வரை எந்த சினிமா என்று நான் முடிவு செய்யவில்லை. வின் டிவியில் தமிழ்ப் படமாக இருந்தால் பரவாயில்லை என்றார்கள். நான் இந்த நிகழ்ச்சிக்காகவே சில தமிழ்ப் படங்களைப் பார்க்க வேண்டிய கசப்பான நிர்ப்பந்தம் ஏற்பட்டது. அதில் ஒன்று *கும்கி*. உட்காரவே முடியவில்லை. *மைனா* இயக்குனராயிற்றே என்று போனேன். கொடுமை. கொடுமை. பிறகு யோசித்தேன்.

இந்தப் படத்தைப் பற்றி அரை மணி நேரம் விமர்சிப்பதால் என்ன பயன்? ஒரு பயனும் இல்லை. அதனால் ஒரு நல்ல படத்தைப் பற்றிப் பேசுவோமே என்று நினைத்துத்தான் கிம் கி டுக்கை எடுத்தேன். பார்த்தால் என் நூலகத்தில் கிம் கி டுக்கின் அந்தக் குறிப்பிட்ட படம் இல்லை. ஒரு நண்பர் கேட்டார் என்று கொடுத்தது. ஆறு மாதம் இருக்கும்.

நண்பர்களே, இது ஒரு கொலைக்கு சமமான குற்றம். அந்த நண்பர் கிம் கி டுக் பற்றி நான் எழுதியிருந்த இரண்டு நீண்ட கட்டுரைகளைப் படித்து விட்டு "அண்ணே, உங்களிடம் சிடி இருக்கிறதா?" என்று கேட்டார். உடனடியாகக் கொடுத்தேன். ஆறு மாதமாகத் திரும்ப வரவில்லை. எனக்கே திரைப்பட சிடிக்களை ஒருசில நண்பர்கள்தான் வாங்கிக் கொடுக்கிறார்கள். இன்னமும் ஞாபகம் இருக்கிறது. ஒருமுறை குமார் அக்னி நட்சத்திர வெயிலில் மதிய நேரம் - அண்ணா நகரிலிருந்து சாந்தோம் - பைக்கில் வந்து கொடுத்தார். வேர்த்து விறுவிறுத்துப் போயிருந்தார். திரைப்படக் குறுந்தகடுகளைச் சேகரிக்க நான் மிகுந்த பிரயாசை எடுத்துக் கொள்கிறேன். எந்தெந்த நண்பர்களோ இதற்காக மெனக்கெட்டு வேலை செய்கிறார்கள். ஒரு நண்பர் *Taiga* குறுந்தகடை வாங்க மாதாமாதம் பணம் சேர்த்துக் கொண்டிருக்கிறார். அந்த சிடி விலை 25000 ரூ. ஒன்பது மணி நேர ஆவணப் படம். என்னிடம் உள்ள இசை சேகரிப்புகள் சினிமா இசையமைப்பாளர்களிடம் கூட இருக்க வாய்ப்பில்லை. ஏனென்றால், அமெரிக்காவில் வசிக்கும் என் நண்பர் ஒருவர் தென்னமெரிக்க நாடுகளுக்குப் போகும் போது வாங்கி வந்து கொடுக்கிறார். அந்த ஆல்பங்கள் அமெரிக்காவில் கூடக் கிடைப்பதில்லை. இதையெல்லாம் பயன்படுத்தித்தான் நான் *கலகம் காதல் இசை* என்ற நூலை எழுதினேன். இந்தியாவில் என்னைத் தவிர வேறு யார் *Rai* இசை பற்றியும் ஷாப் ஹாஸ்னி பற்றி அறிமுகப்படுத்தியிருக்கிறார்கள்?

இத்தனை குறுந்தகடுகளையும் அந்த நண்பரிடம் அள்ளிக் கொடுத்தேன். சரி. வெள்ளிக்கிழமை கிம் கி டுக் பற்றிப் பேச வேண்டும். சிடி இல்லை. நண்பரிடம் உள்ளது. அவரிடம் கேட்டு வாங்கி, பார்த்து... அதற்கெல்லாம் நேரம் இல்லை. மறுநாள் ஒளிப்பதிவு. யூட்யூபில் பார்த்தேன். சப்டைட்டில்ஸ் கிடையாது. சப்டைட்டில்ஸ் இல்லாமலேயே பார்த்துப் பேசினேன். என் வாசகர்களுக்கு எவ்வளவு பெரிய ஈடு செய்ய முடியாத நஷ்டம்?

இதைச் செய்ய ஒருவருக்கு எப்படி மனம் வருகிறது?

நண்பரே, ஏன் என்னுடைய எழுத்தையும் பேச்சையும் இப்படித் தடை செய்கிறீர்கள்? இதனால் எனக்கா நஷ்டம்? நீங்கள் செய்த காரியம் என் கையை வெட்டுவதற்குச் சமம்.

நேற்று அந்த நண்பருக்கு போன் செய்தேன். சிடி பற்றிக் கேட்டேன். ஆமாண்ணே, ஒரு நாலஞ்சு சிடி குடுத்திங்களே... குடுத்து அனுப்புறண்ணே...

எப்படி... நாலஞ்சு சிடி... நாற்பது சிடி நாலஞ்சு சிடி ஆகி விட்டது ஆறு மாதத்தில்.

இவர்களெல்லாம் எப்படி என் எழுத்துக்கு வாசகர்களாக இருக்கிறார்கள்; எனக்கு நண்பர்களாக இருக்கிறார்கள் என்று எனக்குப் புரியவே இல்லை.

நண்பர்கள் (2)

எனக்கு மட்டும்தான் இப்படி நடக்கிறது. ஒரு முறை அல்ல; பல முறை. சி மேட்டர் என்ற தலைப்பில் *ராஸ லீலாவில்* இருக்கும். அதுவும் தவிர பல நண்பர்கள். “நீங்கள் ஏன் வறுமையில் உழல வேண்டும்? மாதம் ஒரு கல்லூரியில் உரையாற்றுங்கள். 25000 ரூ. கை மேல் வரும். நான் ஏற்பாடு செய்கிறேன்” என்றார் ஒரு நண்பர். அது பற்றி தினமும் போன் செய்தார். மணிக்கணக்கில் பேசினார். என் வாழ்வில் மூன்று மாதம் வீண் ஆயிற்று. ஒரு வெங்காயமும் நடக்கவில்லை.

இன்னொரு நண்பர் வந்தார். நான் சினிமா எடுக்கப் போகிறேன். நான்தான் இயக்குனர். இன்னார்தான் தயாரிப்பாளர். நீங்கள்தான் கதை, வசனம். தயாரிப்பாளரும் பேசினார். ஒரு மாதம் அலைந்தேன். ஆட்டோ செலவு பத்தாயிரம் ரூபாய் ஆன போது “ஆட்டோ செலவு அள்ளிக் கொண்டு போகிறது; முன் பணம் கொடுங்கள்” என்று கேட்டேன். ”என்ன சாரு, சின்னப் புள்ள மாதிரி பேசுறீங்க... வீடு கார் எல்லாம் வாங்கப் போகிறீர்கள்... ஆட்டோ செலவு அது இதுன்னுக்கிட்டு...”

சொன்னவர் பிரபலமான பத்திரிகையின் ஆசிரியர். வாயை மூடிக் கொண்டேன். ஆனால் என்னதான் பெரிய பட்ஜெட் படம்

என்றாலும் ரைட்டருக்கு பத்து லகரம்தானே? பத்து லகரத்தில் எப்படி வீடு கார் எல்லாம் வாங்குவது? மேலும், எனக்கு இனாமாகக் கொடுத்தாலும் வீடு கார் எல்லாம் வேண்டாமே? என்னுடைய அதிகப் பட்ச தேவையே சீலேவுக்கு ஒரு ஏர் டிக்கட் தானே? இப்படியெல்லாம் நினைத்துக் கொண்டு மேலும் அலைந்தேன். படம் ட்ராப் ஆயிற்று. எனக்குப் பதினைந்தாயிரமும் ஒரு மாத நேரமும் நஷ்டம்.

இன்னொரு நண்பர் வந்தார். அண்ணே, இனிமேல் உங்களுக்கு எந்தப் பணக் கஷ்டமும் இல்லை. நான் உயிரோடு இருக்கும் வரை உங்களுக்கு மாதம் 30,000 ரூபாய் வரும். வெறும் பேச்சு இல்லண்ணே... இந்தாருங்கள் முதல் முப்பதாயிரம்.

பத்து நண்பர்களுக்கு எதிரில் அந்தப் பணக் கட்டைக் கொடுத்தார் நண்பர். முன்பின் பழக்கம் இல்லை. திடீரென்று நண்பர் ஆனவர். பென்ஸ்காரில் தான் வருவார், போவார். என்ன வேலை என்று யாருக்கும் தெரியாது. செவன் ஸ்டார் ஹோட்டலில்தான் தங்குவார்.

அவந்திகாவிடம் சொன்னேன். நம்பவில்லை. சே சும்மா இருப்பா லூஸு. இப்படித்தான் வாழ்நாள் பூராவும் உன்னை லூஸாக்கிக்கிட்டு இருக்காங்க... என்றாள். பணக்கட்டைக் காட்டினேன். ஏற இறங்க ஒருமாதிரியாகப் பார்த்தாள்.

அந்த நண்பரை எப்போது நான் சந்தித்தாலும் பல நண்பர்களுக்கு இடையில் இதையே சொன்னார். "அண்ணே, என் உயிர் இருக்கும் வரை உங்களுக்கு மாதம் 30,000 ரூ." பத்து பேர் சாட்சி. குடிக்காமல்தான் பேசுவார் இதை. ஒருமுறை அல்ல; திரும்பத் திரும்பச் சொல்வார்.

மறுமாதமும் அதேபோல் பல பேர் எதிரில் பேசி பணக்கட்டைக் கொடுத்தார். 30,000 ரூ.

அதேபோல் அதேபோல் அதே வசனம் அதே வசனம். "அண்ணே, என் உயிர் இருக்கும் வரை உங்களுக்கு மாதம் 30,000 ரூ." பலபேர் எதிரில். பல முறை. பல முறை. குடிக்காமல்.

மறுமாதமும் அதேபோல் பலபேர் எதிரில் பேசி பணக்கட்டைக் கொடுத்தார். 30,000 ரூ.

அதேபோல் அதேபோல் அதே வசனம் அதே வசனம். "அண்ணே, என் உயிர் இருக்கும் வரை உங்களுக்கு மாதம் 30,000 ரூ." பலபேர் எதிரில். பல முறை. பல முறை. குடிக்காமல்.

மேலும், தன்னிடம் பல கோடி ரூபாய் கையிருப்பில் இருப்பதால் அதிலிருந்து வரும் வட்டியிலிருந்துதான் எனக்குக் கொடுப்பதாகவும் அதனால் நான் எந்தப் பதற்றமும் அடைய வேண்டாம் என்றும் பலமுறை சொன்னார்.

ஆனால் அதற்கடுத்த மாதம் பணம் வரவில்லை. ஆள் வந்தார். பணம் பற்றிய பேச்சு இல்லை. மீண்டும் மீண்டும் வந்தார். வாசகர் வட்டத்தில் கலந்து கொண்டார். செவென் ஸ்டார் ஹோட்டல். பென்ஸ் கார். பணம் பற்றிய பேச்சே இல்லை.

மூன்று மாதங்கள் கடந்தன. இதற்கிடையில் அவர் கொடுத்திருந்த பணத்தில் தாய்லாந்து, மலேஷியா எல்லாம் போய் வந்தேன். ஒருநாள் நான் பொறுமை இழந்து எல்லோர் எதிரிலும் கேட்க நினைத்த போது, அவரே முந்திக் கொண்டு "எனக்கு வேலை போய் விட்டது... இனிமேல் நான் பழைய ஆள் இல்லை" என்றார் பூடகமாக. இப்போது என்ன வேலை என்றார் அராத்து. கவர்மெண்ட் ஜாப். என்னது கவர்மெண்ட் ஜாபா? இந்த வயதிலா?

ஆமாம்; கவர்மெண்ட் ஜாப்; ஆண்டுச் சம்பளம் பத்தாயிரம் ரூபாய்.

அராத்து திரும்பக் கேட்டார். அதே பதில் வந்தது. நண்பர்கள் சாட்சி.

என் மனநிலை எப்படி இருந்திருக்கும் என்று நினைத்துப் பாருங்கள். ஏனய்யா இப்படிப் பண்ணுகிறீர்கள்? நான் உங்களிடம் பணம் கேட்டேனா? நீங்களாக வந்து வாக்குக் கொடுத்து விட்டு பிறகு நழுவுவது என்றால் நான் என்ன கேணையனா? இது நம்பிக்கைத் துரோகம் இல்லையா?

மேலும் சில மாதங்கள் பொறுத்துப் பார்த்து விட்டு அவருக்கு ஒரு குறுஞ்செய்தி தட்டினேன். "அண்ணே, நான்தான் சொன்னேனே அண்ணே... இப்போ பணக் கஷ்டம்..."

ஒரு நாலு மாதம் கூட வாக்கைக் காப்பாற்ற முடியாத ஒரு ஆள் எப்படி தன் உயிர் இருக்கும் வரை என்று வாக்குக் கொடுக்கிறார்?

மாதம் 5000 ரூ. கூட கொடுக்க முடியாத ஒருவர் எப்படி 30,000க்கு வாக்குக் கொடுக்கிறார்? ஏன் எனக்கென்று ஒவ்வொருத்தராக இப்படியே வருகிறார்கள்?

கிராமத்துப் பெண்களை கரெக்ட் பண்ணி, திருமணம் செய்து கொள்கிறேன் என்று சொல்லி ஜோலியை முடித்து விட்டு, பிறகு கூலாக டாட்டா சொல்லி விட்டுப் போகும் மைனர் குஞ்சுகள்தான் எனக்கு ஞாபகம் வருகிறார்கள். ஆனால் நான் கிராமத்துப் பெண் அல்ல. எழுத்தாளன் ஞானிக்கு சமானம். கடவுளிடம் நீங்கள் பதில் சொல்ல வேண்டும்.

★★★

அன்பும் சமாதானமும் பெருக...

நான் ஒருவரைப் புண்படுத்தி விட்டேன் என்று தெரிந்தால் அவரிடம் நேரடியாக மன்னிப்புக் கேட்டு விடுவேன். உங்களில் எத்தனை பேர் அப்படி

இருக்கிறீர்கள்? உங்களிடமே கேட்டுக் கொள்ளுங்கள். பலரிடம் அந்த குணம் இல்லாததை கவனித்திருக்கிறேன். நாம் செய்தது தவறு என்று தெரிந்தும் வருத்தம் தெரிவிக்காத பலரை நான் பார்த்துக் கொண்டிருக்கிறேன். வருத்தம் தெரிவித்தால் அந்தத் தவறின் பளு நம்மை விட்டு அகன்று விடும் என்பதை நான் அனுபவத்தில் உணர்ந்திருக்கிறேன். இன்னொரு முறை இன்னொரு சந்தர்ப்பத்தில் அந்தத் தவறை செய்யாத கவனத்தையும் அந்த மன்னிப்பு நம்மிடம் உண்டாக்கி விடுகிறது. ஆனால் இப்படி வருத்தம் தெரிவிக்காத மனோபாவத்திற்குக் காரணம் நம்முடைய ஈகோ.

இந்தப் புத்தாண்டில் அந்த ஈகோவை நம்மிடமிருந்து விரட்டுவோம். என் எழுத்தை வாசிக்கும் உங்களிடம் நான் கேட்டுக் கொள்வது அதுதான். கண்ணன் என்ற நண்பரின் மேல் மிகவும் வருத்தம் கொண்டு நான் ஒரு நீண்ட பதிவு எழுதியிருந்ததை நீங்கள் படித்திருப்பீர்கள். (இன்னொரு முக்கிய விஷயம். நான் யாரைப் பற்றி விமர்சித்து எழுதினாலும் என் மனதில் துளியும் வன்மம் இருக்காது). சரி, அந்தக் கண்ணனின் இடத்தில் உங்களை ஒரு நிமிடம் வைத்துப் பாருங்கள். நீங்கள்தான் கண்ணன்.

உங்களைத்தான் நான் திட்டி எழுதி விட்டேன். அதுவும் பெயர் குறிப்பிட்டு. என்ன செய்வீர்கள்? என் மீது ஜென்மப்பகைதானே பாராட்டுவீர்கள்? ஆனால் நான் கண்ணனாக இருந்திருந்தால் என்ன செய்திருப்பேனோ அதையே கண்ணன் செய்திருக்கிறார். இதோ கீழே படியுங்கள்:

Dear Charu

trust you are doing well.

wanted to talk to you with respect to translation. I have been trying to do it in the christmas holidays but i am not able to get into the zone. your writings especially require one to get into the zone for translating. When i translated your other story, for three days i was in a different world and a different person all together.

When i think off what is in front of me along with my new work load from office, i honestly dont want you to keep waiting for me to finish up. if that other story required that dedication from me then *Rasa Leela* would require more from me and with my current work load i dont see myself doing justice to translation. even if i do it'll be bad. From what i am seeing, it would take more than a year for me to finish even if i spend time regularly. I probably would go with your earlier suggestion that you give it to someone else. But where i can help is in proof reading and editing. either it may be articles or any novel translation, i can definitely help.

Let me know

Regards
Kannan

எத்தகைய உயர்ந்த உள்ளம் பாருங்கள். இப்படி ஒரு கடிதத்தை உங்களால் எழுத முடியுமா? என்னால் முடியும். எழுதியும் இருக்கிறேன். இந்தக் கடிதத்தையே, இந்தக் கடிதம் எழுதிய மனநிலையையே உங்களுக்கு நான் இந்தப் புத்தாண்டுப் பரிசாக அளிக்கிறேன்.

நம் வாழ்வில் அன்பும் சமாதானமும் நிலவ இத்தகைய மனோபாவமே தேவை. இறை சக்தி அதை உங்களுக்கு அளிக்கும்...

★★★

இனிதே ஆகுக...

கடந்த ஆண்டு எனக்கு அதிக சந்தோஷத்தைக் கொடுப்பதாக இருந்தது. ஜெய்ப்பூர் இலக்கிய விழாவில் கலந்து கொண்டேன். அதில் கலந்து கொண்டதால்தான் லண்டன் மற்றும் இந்திய நகரங்களிலிருந்து வெளிவரும் *Deccan Chronicle, Asian Age* பத்திரிகைகளில் வாராந்திரப் பத்தி எழுத வாய்ப்புக் கிடைத்தது. ஜெய்ப்பூர் இலக்கிய விழாவில் கலந்து கொண்டது அகில இந்திய அளவில் கிடைத்த அங்கீகாரம்.

கடந்த ஆண்டுதான் *Diabolically Yours* என்ற பேய்க்கதை எழுதினேன். *Joyce Carol Oates* போன்ற உலகப் புகழ் பெற்ற எழுத்தாளர்கள் எழுதும் *Gothic Story Collection*-இல் அந்தக் கதை இடம் பெறுகிறது. தொகுப்பை வெளியிடுவது ஒரு பிரிட்டிஷ் பதிப்பகம். இது எனக்குக் கிடைத்த சர்வதேச அங்கீகாரம். இந்தத் தொகுப்பின் எடிட்டரிடம் (அவர் ஒரு அமெரிக்கர்) "என்னைப் பற்றி உங்களுக்கு எப்படித் தெரியும்?" என்று கேட்ட போது "ஸீரோ டிகிரி" என்று ஒற்றை வரியில் பதில் சொன்னார். *Danel Olson* என்பது அவர் பெயர். அவர் தொகுத்த *Exotic Gothic 4* பற்றிய விபரம் இந்த இணைப்பில் உள்ளது:

http://en.wikipedia.org/wiki/Exotic_Gothic

என் கதை *Exotic Gothic 5*-ஆவது தொகுப்பில் இடம் பெற்றுள்ளது. அந்தத் தொகுப்பு ஃபெப்ருவரி 13 (2013) அன்று வெளிவரும்.

எக்ஸைல் மற்றும் *எக்ஸிஸ்டென்ஷியலிஸமும் ஃபேன்ஸி பனியனும்* இரண்டு நாவல்களையும் மலையாளத்தில் மொழிபெயர்த்த ஜெயேஷ் அந்தப் பணியை ஆறே மாதங்களில் செய்து முடித்தார் என்று எழுதியிருந்தேன். இந்த இரண்டு நாவல்களையும் பிரபலமான மலையாள பதிப்பகமான ஸாஹித்ய ப்ரவர்த்தக கோவாப்பரேடிவ் ஸொஸைட்டி வெளியிட்டது. *எக்ஸிஸ்டென்ஷியலிஸமும் ஃபேன்ஸி பனியனும்* நாவல் *கலா கௌமுதியில்* வாராவாரம் தொடராக வெளிவருகிறது.

அமேஸான் கிண்டிலில் *Morgue Keeper* ஆங்கில சிறுகதைத் தொகுப்பு வெளிவந்தது இன்னொரு பெரிய விஷயம். ஓரான் பாமுக்கின் *ஸ்னோ* ஆங்கில மொழிபெயர்ப்பு, மொழிபெயர்ப்பு போலவே தெரியவில்லை. ஆங்கிலத்திலேயே எழுதியது போல் உள்ளது.

ஆங்கிலத்தில் புத்தகங்கள் வெளியிடுவதில் உள்ள சிரமம் என்னவென்றால், *Literary Agent*ஐப் பிடித்துத் தொங்கிக் கொண்டிருக்க வேண்டும். எழுத்தாளர்களுக்கு லிடரரி ஏஜெண்ட் கிடைப்பது ஒரு நல்ல மனைவி கிடைப்பது போல என்று சொல்வார்கள். லிடரரி ஏஜண்ட் கையில்தான் எழுத்தாளனின் எதிர்காலமே அடங்கியுள்ளது. அருந்ததி ராய் பெரிய ஆளாக ஆனது அவரது எழுத்தால் அல்ல; அவருக்கு மிக நல்ல லிடரரி ஏஜண்ட் கிடைத்தார்.

இரண்டு ஆண்டுகளுக்கு முன்பு டிஸம்பர் 31 அன்று ஹைதராபாதில் இருக்கிறேன். அராத்து வீடு. கொண்டாட்டங்கள் முடிந்து ஜனவரி முதல் தேதி தாமதமாக எழுந்து மெயில் பெட்டியைத் திறக்கிறேன். மும்பை சுந்தர் எனக்கு ஒரு மெயில் எழுதியிருந்தார். *Economic Times* பத்திரிகையில் 2000-2010 என்ற பத்தாண்டின் மிகச் சிறந்த மனிதர்கள் என்ற பத்து பேர் பட்டியலில் என் பெயரும் இடம் பெற்றிருப்பதாக எழுதியிருந்தார் சுந்தர். மும்பை எடிஷன் மட்டும் அல்ல; ஆல் இந்தியா எடிஷன். ஹைதராபாதில் இகனாமிக் டைம்ஸ் கிடைக்கவில்லை. அவந்திகாவுக்கு போன் போட்டு வாங்கச் சொன்னேன். “அட போ சாரு, உனக்கு இதே வேலையாப் போச்சு; யாராவது உன்னைக் கலாய்த்து இருப்பார்கள்” என்றாள் சர்வ நிச்சயமாக. சுந்தருக்கு போன் போட்டுக் கேட்டேன். “உங்கள் பெயரோடு போட்டோவும் வந்துள்ளது; அந்தப் பத்து பேர்

பட்டியலில் தமிழ்நாட்டிலிருந்து இன்னொருவர் பெயரும் இடம் பெற்றுள்ளது" என்றார். யார்? ரஜினிகாந்த்.

அப்புறம் அவந்திகாவிடம் சொல்லி சென்னை எடிஷன் இகனாமிக் டைம்ஸில் சுந்தர் சொன்ன விஷயம் நிச்சயமானது. பட்டியலை வெளியிட்டு அதற்கு அவர்கள் எழுதியிருந்த விளக்கம்தான் பிரமாதமாக இருந்தது. உண்மைதான். உலக அளவிலேயே transgressive fiction எழுதுபவர்கள் ரொம்பக் கம்மி. அதிலும், அதை சுவாரசியமாக எழுதுவது இரண்டே ஆட்கள்தான். மற்றொருவர் பெயர் Cristina Peri Rossi. உருகுவாய் நாட்டைச் சேர்ந்த மிகப் பிரபலமான எழுத்தாளர். இவரது Ship of Fools என்ற நாவலை உங்களுக்கு நான் பரிந்துரைக்கிறேன். இவருடைய சிறுகதைகளை ரவிக்குமார் மொழிபெயர்த்திருக்கிறார். ஆனால் தமிழ் எழுத்தாளன் இதையெல்லாம் ஒத்துக் கொள்ள மாட்டான். "என்னது, சாரு transgressive writer ஆ, ஹெஹ்ஹே?" என்று கிண்டல் செய்வான். (அவனுக்கு ட்ரான்ஸ்கிரஸிவ் ஃபிக்ஷன் என்றால் என்னவென்றே தெரியாது என்பது வேறு விஷயம்.) சரி, புரிகிறாற்போல் சொல்லலாம் என்று, "கேரளத்தில் நான் ஒரு சினிமா நடிகன் அளவுக்குப் பிரபலம்" என்று சொன்னால், "ஐயோ, கேரளா அந்த அளவுக்கா கெட்டுப் போச்சு?" என்பான். ஏன், நான் நோபல் பரிசே வாங்கினாலும், "ஓ, நோபல் அவார்ட் இப்போ எல்லாருக்கும் குடுக்குறாங்களா?" என்று கிண்டல் அடிப்பான். நூறு பேருக்கு மட்டுமே காலம் காலமாக எழுதி தமிழ் எழுத்தாளன் ஒரு மனநோயாளியைப் போல் ஆகி விட்டான். அதனால் அவனைப் பற்றி நான் கவலைப்படக் கூடாது. சமீபத்தில் நீயா நானா நிகழ்ச்சியில் பெரும்பாலான தமிழ் எழுத்தாளர்களையெல்லாம் ஒருசேரப் பார்த்தது பற்றி எழுதியிருந்தேன். ஒரு காமன்மேனை விட மட்டமாகப் பேசிக் கொண்டிருந்தார்கள். கொடுமை. டிவி சீரியல் பார்க்கும் பெண்களின் மனநிலை எப்படி இருக்குமோ அதே மனநிலையைத்தான் அவர்களிடம் நான் கண்டேன். (ஒருசிலர் மட்டுமே விதிவிலக்காக இருந்தார்கள்; அவர்கள் அதிகம் பேசவில்லை).

எல்லாவற்றையும் விட நல்ல விஷயம், என்னுடைய வாசகர் வட்டம். அவர்கள் ஒவ்வொருவர் பெயரையும் இங்கே நான் குறிப்பிட விரும்புகிறேன். என்றாலும் அது சாத்தியம் அல்ல என்பதால் என்னை க்ஷமிக்கவும். வாசகர் வட்டத்தில் இன்று

ஒரு கடிதம் படித்தேன். திருப்பூர் ப்ரவீண் குமார் எழுதியது.

"2012 எனக்கு மிக முக்கியமானவருடம். சாருவுடன் மிக நெருக்கமான உறவு இந்த வருடத்தில்தான் கிட்டியது..." *நரகத்திலிருந்து ஒரு குரல், கனவுகளின் நடனம், ஷேக்ஸ்பியரின் மின்னஞ்சல் முகவரி* என ஆறு ஏழு புத்தகங்கள் படிக்கும் பாக்கியம் பெற்றேன்.

ஆனந்த விகடனில் சாரு *என்னை செதுக்கிய ஏழு நாட்கள்* என்ற கட்டுரையில் குரூப் டான்சர்களை பற்றி எழுதி இருந்தாரே, அப்போது சரண்டர் ஆனவன்தான்... சாரு யூ ஆர் கிரேட். சாரு என் வாழ்க்கையில் மிகப் பெரிய மாற்றத்தை ஏற்படுத்திவிட்டார்.

... whenever i write about charu, my mind becomes excited, caught in a confused, ecstasic, schizoid state,.. i try to bring up everything in words but i fail.. i fail ..i fail..

charu writes as bird flies, i want to be the shadow of the bird. nothing more than this

#சாருவுடன் நெருக்கம் கிடைத்ததால் இவ் வருடத்தை மறக்கவே மாட்டேன்."

இப்படிப்பட்ட வாசகர்கள் கிடைத்தது ஒரு பாக்கியம். 2012-இல் சில முக்கியமான பயணங்களை மேற்கொள்ள முடிந்தது இன்னொரு சந்தோஷம். தாய்லாந்திலும் மலேஷியாவிலும் சேர்த்து ஒரு மாதம். இந்த ஆண்டு பயணத்திலேயே ஆரம்பித்துள்ளது. விபரம் பிறகு.

★★★

மதுவும் தனிமையும்

வாசகர் வட்டம் ரொம்பவும் 'டல்' அடிக்கிறது. நானே ஏதாவது எழுதினாலும் எதிர்வினைகள் கம்மியாக உள்ளன. ஏன் என்று தெரியவில்லை. சரி, விஷயத்துக்கு வருகிறேன். நாளையும் நாளை மறுநாளும் (சனி, ஞாயிறு) வீட்டில் தனியாகவே இருப்பேன். இப்படித் தனியாக இருந்து வெகு காலம் ஆகி விட்டது. அவந்திகாவுக்கு அப்படி இல்லை. எழுத்தாளனைத் திருமணம் செய்து கொண்டால் தனிமைக்குப் பழகாமல் இருக்க முடியுமா? முன்பெல்லாம் அடிக்கடி வெளியே போய் விடுவேன். இப்போது அது கம்மியாகி இருந்தாலும் நாள் கணக்கில் வெளியூர்களுக்குச் சென்று விடுகிறேனே?

அவந்திகா இப்போது ஆன்மீகப் பிரசங்கம் செய்ய ஆரம்பித்து விட்டாள். சென்ற வாரம் காஞ்சீபுரத்தில் ஒன்றரை மணி நேரம் பிரவாகமாகப் பேசினாளாம். அடப் பாவி... காலம் எப்படியெல்லாம் மாறுகிறது! மூன்று நிமிஷம் பேசுவதற்கே முன்னூறு யோசனை செய்வாள். ஒன்றரை மணி நேரமா? "நானா பேசுகிறேன்? *Mahanta* அல்லவா பேசுகிறார்" என்றாள். நான் வாயை மூடிக் கொண்டேன்.

என் நண்பர்கள் சிலர் மனைவியைப் பிரிந்து தனியாக இருக்கும் போது குடிக்கிறார்கள். பத்து நாள் தனியாக இருந்தால் பத்து நாளும் குடிக்கிறார்கள். எனக்கு அது வருத்தத்தை அளிக்கிறது.

குடி என்பது கொண்டாட்டமாக இருக்க வேண்டுமே தவிர வேறு ஒன்றின் பதிலியாக ஆக முடியாது. அதாவது, ஏதோ ஒரு வெற்றிடத்தை இட்டு நிரப்புவதற்காக குடித்தால் குடி நம்மை வென்று விடும். தின்று விடும் என்றும் பாட பேதம் போட்டுக் கொள்ளலாம். குடி நமக்கு அடிமையாக இருக்க வேண்டுமே ஒழிய குடிக்கு நாம் அடிமையாகி விடக் கூடாது. ஆனால் நம்மை அடிமையாக்கி விடும் தன்மை மதுவுக்கும் பெண்களுக்கும் உண்டு. அதனால்தான் மது, மாது என்று அடுக்குமொழியில் சொன்னார்களோ என்னவோ! இருந்தாலும் இந்த இரண்டு விஷயங்களையும் நம்மை ஆள அனுமதித்து விடாமல் சரசமாக (சமமாக என்பது பாடபேதம்) வைத்துக் கொள்வது நமக்கு நல்லது.

"மும்பை வந்து நாள் ஆயிற்று, இந்த மாத இறுதியில் வருகிறேன்; *AER* போகலாம்" என்றேன் மும்பை நண்பரிடம். நான் மும்பை போகும் போதெல்லாம் அந்த நண்பரோடு *AER* போயிருக்கிறேன். *Four Seasons* ஓட்டலின் 34-ஆவது மாடியில் இருக்கிறது *AER* பார். அங்கே அமர்ந்து ஃப்ரெஞ்ச் வைனை அருந்தியபடி எதிரே தெரியும் அரபிக் கடலைப் பார்த்துக் கொண்டிருப்பது ஒரு அற்புதமான அனுபவம். நண்பரோ, "மும்பை வாருங்கள்; ஆனால் *AER* போக முடியாது" என்றார். காரணம் விசாரித்ததில் நண்பர் தற்காலிமாக குடிப்பதை நிறுத்தி விட்டாராம். "மார்ச்சில் வாருங்கள்; போகலாம்" என்றார். மார்ச்சில் முடியாது; நான் வால்பராய்ஸோ போகிறேன் என்று பதில் சொன்னேன். மேலும் விசாரித்த போது விஷயம் புரிந்தது. பிள்ளைப் பேறுக்காக மனைவி புக்ககம் சென்றிருக்கிறார். வர மூன்று நான்கு மாதம் ஆகும். தனிமையை விரட்ட குடியை நாட, டிஸம்பர் பூராவும் குடி சீஸனாகப் போய் விட்டது. டிஸம்பர் முடிந்து புத்தாண்டு வந்து விட்டதா, குடியை விட்டு விடுகிறேன் என்று புத்தாண்டு சபதம் போட்டு விட்டார்.

அடக் கருமமே! ஏன் காணாததைக் கண்டது போல் விழுந்து அள்ள வேண்டும்; பிறகு புத்தாண்டு சபதம் போட வேண்டும்? வாரம் ஒருமுறையோ இரண்டு முறையோ அளவாக, நன்கு தேர்ந்த திராட்சை ரசமான ஷாம்பெய்னாகக் குடித்தால் இந்தப் பிரச்சினையெல்லாம் இல்லை அல்லவா? என்னவோ, நண்பர்கள் என் எழுத்தைப் படித்து ரசிக்கிறார்களே தவிர பின்பற்றுவது இல்லை. மடாக் குடியனைப் போல் குடிக்க வேண்டியது; பிறகு

பத்திரிகைச் செய்திகளைப் பார்த்து மிரண்டு போய் புத்தாண்டு சபதம் போட வேண்டியது. தேவையா? உலகம் பூராவும் மக்கள் குடித்துக் கொண்டுதான் இருக்கிறார்கள். ஆனால் எங்கேயும் யாரும் குடியால் அழிந்தது இல்லை. தமிழன் மட்டும்தான் அழிகிறான் என்றால் மதுவில் அல்ல பிரச்சினை. அவன் குடிக்கும் முறை சரியில்லை. அவன் குடிக்கும் மதுவும் சரியானது அல்ல. மிகக் கீழ்த்தரமான, மனிதப் பயன்பாட்டுக்கு லாயக்கே இல்லாத, சாக்கடையைப் போன்ற மதுவே தமிழ்நாட்டில் விற்பனை செய்யப்படுகிறது.

நான் சொல்வதை நம்ப முடியவில்லையா? இதைப் பரிசோதனை செய்து பாருங்கள். ஓல்ட் மாங்க் ரம்மை மிலிட்டரி நண்பரிடமிருந்து வாங்கிக் குடித்தால் மறுநாள் முதுகு வலிக்காது; கழுத்து வலிக்காது. நான்கு பேர் தடியால் அடித்தது போல் உடம்பெல்லாம் வலிக்காது. ஒரு நல்ல மஸாஜ் க்ளப்புக்குப் போய் வந்தது போல் உடம்பு கலகலவென்று இருக்கும். இதே ஓல்ட் மாங்கை டாஸ்மாக்கில் குடித்துப் பாருங்கள். போலீஸிடமிருந்து லத்தி சார்ஜ் பெற்றது போல் உடம்பெல்லாம் வலி பின்னும். ஆக, எங்கே இருக்கிறது பிரச்சினை?

மேலும், ஒரு பெக்கை குடிக்க அரை மணி நேரம் எடுத்துக் கொள்ள வேண்டும். நாலு பெக் இரண்டு மணி நேரம். இதற்கு டாஸ்மாக்கில் வசதி இருக்கிறதா? அங்கே அடிக்கும் மூத்திர நாற்றத்தில் இது சாத்தியமா? அரை மணி நேரத்தில் நாலு பெக் அடித்து நாலு காலால் நடக்கிறான் தமிழன். இதற்குக் குடி என்னய்யா செய்யும்?

பெங்களூரை எடுத்துக் கொள்ளுங்கள். எங்கே பார்த்தாலும் ரெஸ்டாரண்ட் அண்ட் பார்தான். எல்லோரும் குடும்பம் குடும்பமாகச் சாப்பிட்டுக் கொண்டிருக்கிறார்கள். நானும் நண்பனும் கொஞ்சம் கோனியாக் குடித்தோம். அது ஒரு குடிகார விடுதியைப் போலவே இல்லை. தமிழ்நாட்டில் இந்த நிலை இல்லையே? இங்கே தேவையானது தரமான குடியே தவிர குடி அல்ல பிரச்சினை.

என்னால் குடிக்காமல் ஆறு மாதம் கூட இருக்க முடியும். *Almost Island* செமினாரில் பல தேசங்களிலிருந்தும் எழுத்தாளர்கள் வந்திருந்தார்கள். அதில் எனக்குத் தெரிந்தவர்களும் அடக்கம்.

வைன் வெள்ளமாய் ஓடியது. என் நண்பர்கள் எத்தனையோ வற்புறுத்தினார்கள். குடிக்கவில்லை. அப்புறம்தான் யோசித்தேன். குடி என்பது ஒரு *obsession* ஆக இருக்கக் கூடாது என்று முடிவுக்கு வந்தேன். குடிக்காமல் இருப்பவர்களும் குடிக்கு அடிமை ஆனவர்களும் ஆன இரண்டு தரப்பினருமே குடி பற்றிய *obsession*இல் இருப்பவர்கள். எனக்குக் குடி ஒரு பொருட்டே அல்ல. குடிக்கலாம்; குடிக்காமலும் இருக்கலாம். எழுத்தைத் தவிர வேறு எதுவுமே எனக்கு *obsession*ஆக இருக்க என் வாழ்நாளில் அனுமதிக்க மாட்டேன்.

★★★

ஒரு கரும்பு விலை எண்பது ரூபாய்

ஒரு உரையாடல்: http://www.pichaikaaran.com/2013/01/blog-post_3381.html

எல்லோருக்கும் பொங்கல் வாழ்த்துக்கள். நான் இதுவரை கரும்பு சாப்பிட்டதில்லை. அதைக் கடிப்பதற்கு ரொம்பக் கஷ்டப்பட வேண்டும் என்பதே காரணம். தெருமுனையில் காசு கொடுத்தால் நோகாமல் கரும்பு ஜூஸ் குடிக்கலாம். தண்ணீரே கலக்காமல் வெறும் கரும்புச் சாறை வாங்கி கொஞ்சம் எலுமிச்சை கலந்து குடித்தால் மஜாவாக இருக்கும். ஆனாலும் எனக்குக் கரும்பு அவ்வளவு இஷ்டமில்லைதான். கரும்பு சாப்பிட அலுப்புப் படுகிறேன் என்பதால் அம்மா என் சின்ன வயதில் கரும்பை அரிவாள்மனையில் வைத்துத் தோல் சீவி, சின்ன சின்ன துண்டாக நறுக்கிக் கொடுப்பார்கள். அதை ஒன்றிரண்டு சாப்பிட்டிருக்கிறேன். குழலினிது யாழினிது என்பர் தம் பெண்டிர் இதழமுதம் சுவையாதவர் என்று ஒருமுறை *Anis* குடித்து விட்டுச் சொன்னார் அராத்து. அதுவே உண்மை. கரும்பெல்லாம் எந்த மூலைக்கு? நேற்று இரவு மலேஷியாவிலிருந்து வந்து சந்தித்த கங்காதுரை மற்றும் நண்பர்களோடு சேமியர்ஸில் உண்டு விட்டு ஆட்டோவில் வீடு திரும்பும் போது "ஒரு கரும்பு விலை எண்பது ரூபாய் சார்" என்று விசனப்பட்டார் ஆட்டோக்காரர். ஓஹோ அப்படியா என்றேன். அவரிடம் அராத்து குறளைச் சொல்லவில்லை.

மேலே கண்ட பிச்சைக்காரன் - ரியாஸ் குரானா உரையாடலைப் படித்ததும் இதெல்லாம் எனக்கு ஞாபகம் வந்தது.

★★★

வாழ்க்கையில் வெற்றி பெறுவது எப்படி?

எந்த அடிப்படையில் எனக்கு இப்படிக் கடிதங்கள் வருகின்றன என்று தெரியவில்லை. தினமும் ஒரு ஐந்து பேராவது தங்கள் பயோடேட்டாவை அனுப்பி வைத்து மணி ரத்னத்திடம், கமல்ஹாஸனிடம் உதவி இயக்குனராக என்னைச் சேர்த்து விடுவீர்களா என்று கேட்டுக் கொண்டிருக்கிறார்கள். ஜெயமோகனுக்குப் போக வேண்டிய கடிதங்கள் விலாசம் மாறி எனக்கு வந்து விடுகின்றனவா என்ன? நானே இப்போதுதான் வசனகர்த்தா ஆகலாம் என்று முடிவு செய்து இயக்குனர் பாலாவிலிருந்து பாலாஜி சக்திவேல் வரை என்னுடைய பயோடேட்டாவை அனுப்பிக் கொண்டிருக்கிறேன். (ஆமாம், வசந்த பாலனுக்கும் அனுப்பி இருக்கிறேன்!) இதற்கிடையில் என்னிடமே சிபாரிசு கேட்டு கடிதமா?

ஆமாம், ஒரு சந்தேகம்... வசனகர்த்தா ஆவதற்கு வயது வரம்பு இல்லை தானே?

இந்த நிலையில் பின் கண்டுள்ள கடிதத்தைப் போல் தினம் ஐந்தாறு கடிதங்கள் வந்து என்னை அச்சுறுத்துகின்றன. யாரிடம் புகார் சொல்வது என்று தெரியவில்லை. இதோ அந்தக் கடிதம்:

good evening sir, i'm Murali, 20 yrs old. you are one of my

favourite writers. you are one of the persons, who introduced the

world literature to me.i have read few of your books. I have

interests both in arts and science field, i want to be a versatile personality as leonardo davinci, that's why i want some advice from you in the fields of film making, music, literature (fiction and non fiction novels, short story and drama), arts (painting, cinema,) and science.my perspective is broadened in structure.i want to be a successful personality.iam waiting for your advice and lists of names of books and film names that you reccomend to me.thank you.

★★★

சரி, உங்களில் யாருக்காவது தெரிந்தால் சொல்லுங்கள். நானும் வாழ்க்கையில் வெற்றி பெற விரும்புகிறேன்.

நன்றி.

★★★

தனிமை

டிசம்பரிலிருந்து ராப்பகலாக செய்து வந்த வேலை நேற்று இரவு முடிந்தது. ஆமாம், தேகம் *Corpus*ஆக மாறும் ஆங்கில மொழிபெயர்ப்பு நேற்றோடு முடிந்தது. மிகப் பெரிய ஆசுவாசம். அராத்து கெஸ்ட்ஹவுஸில் ஒயின் சாப்பிடலாம் என்று அராத்துவை அழைத்தேன். நீங்களும் நானும் மட்டும் என்றால் நான் வரவில்லை, நம்மோடு மேலும் ரெண்டு பேராவது சேர்ந்தால்தான் நன்றாக இருக்கும் என்றார். ஏனென்றால் அவர் குடிப்பதை நிறுத்திவிட்டார். அதனால் நாலு பேருக்கு போன் போட்டேன். நாலு பேருமே எடுக்கவில்லை. இப்போது தனியாக ஒயின் அருந்திக்கொண்டிருக்கிறேன்.

இது போன்ற சந்தர்ப்பங்களில்தான் தனிமை உணர்வு மனதைக் கவ்வுகிறது. நான் ஆறு மாதமாக யாருக்குமே போன் செய்யவில்லை என்றால் அந்த யாருமே ஆறு மாதமாக எனக்கும் போன் செய்ய மாட்டார்களா என்ன? அப்படித்தான் என் வாழ்க்கையில் நடந்து கொண்டிருக்கிறது. கேட்டால், ஒரே பதில். உங்களைத் தொந்தரவு செய்ய வேண்டாம் என்றுதான் போன் செய்யவில்லை. இதே பதிலைத்தான் கடந்த முப்பது ஆண்டுகளாகக் கேட்டுக் கொண்டிருக்கிறேன். நான் என்ன அந்த அளவுக்கா தொந்தரவு செய்யும் நண்பனாக இருக்கிறேன்? *Missed call*ஐப் பார்த்து அடுத்த நாளாவது எனக்கு போன் செய்யக் கூடாதா? என்னப்பா உலகம் இது!!!

சரி, அடுத்த வாரம் சந்திக்கலாமா? கெஸ்ட் ஹவுஸ் அல்லது மகாபலிபுரம். யார் யார் வருகிறீர்கள்? கெஸ்ட் ஹவுஸ் என்றால் அதிக பட்சம் ஆறு பேர்தான் தாங்கும். மாதம் முப்பது நாளும் குடிப்பதற்குக் கம்பெனி கொடுக்க நண்பர்கள் இருக்கிறார்கள். ஆனால் எனக்கு உங்களோடு மட்டும்தான் நேரத்தைப் பகிர்ந்து கொள்ளப் பிடிக்கிறது... என்ன செய்ய?

கொஞ்சம் *Bordueu* ஒயின் அருந்தி விட்டு இதை எழுதுகிறேன். எழுத்துப் பிழை இருந்தால் மன்னிக்கவும். சமீபத்தில் ஒடிஸா சென்றிருந்தேன் அல்லவா? அப்போது உதய் பிரகாஷ் என்ற ஹிந்தி எழுத்தாளரைச் சந்தித்தேன். அவர் என்னிடம் அடிக்கடி ஒரு விஷயத்தைச் சொல்லிக் கொண்டிருந்தார். என்னைப் பார்க்கும் போது, என் எழுத்தைப் படிக்கும் போது அவருக்குத் தன்னையே பார்ப்பது போல் இருக்கிறதாம். அவர் என்னுடைய *Morgue Keeper* புத்தகத்தைப் படித்திருந்தார். ஆச்சரியம் என்னவென்றால், அவரோடு பேசும் போது எனக்குமே அப்படித்தான் தோன்றியது. ஒரே ஒரு உதாரணம்.

"சமீபத்தில் ஒரு கிழக்கு ஐரோப்பிய எழுத்தாளரின் ஒரு நாவலை இந்தியில் மொழிபெயர்த்தேன்" என்றார் அவர். மிலன் குந்தேரா என்றால் பெயரைச் சொல்லி இருப்பாரே என்று எனக்கு ஒரு சம்சயம். ஓ, என் தலைவனையா அவர் குறிப்பிடுகிறார்? சட்டென்று, "மிலோராத் பாவிச்சா?" என்றேன். அப்போது அவருக்கு ஏற்பட்ட உணர்வு அவர் கண்களில் தெரிந்தது. "என் அனுபவத்தில் இப்படி ஒருவரைச் சந்தித்ததில்லை" என்றார். எனக்கும் அப்படியே. மிலோராத் பாவிச்சைப் படித்த ஒரே ஒரு நபரைத்தான் (தமிழில்) இதுவரை என் இலக்கிய வாழ்வில் சந்தித்திருக்கிறேன். சமகால உலக இலக்கியத்தில் மிலோராத் பாவிச்சை மட்டுமே என் குரு என்று கருதுகிறேன். ஏனென்றால், அவரை மட்டுமே என்னால் விஞ்ச முடியாது. விஞ்ச முடியாதவனே குரு. *Milorad Pavic* இன் *Dictionary of Khazars* பற்றி கடந்த 25 ஆண்டுகளாக எழுதி வருகிறேன். எனக்கு அந்த நாவல் பைபிள். ஆனால் மிலோராத் பாவிச்சை உலகில் பலரும் அறிய மாட்டார்கள். *Almost Island* கருத்தரங்கில் ஒரு ஸெர்பிய எழுத்தாளரிடம் பேசிக் கொண்டிருந்த போது மிலோராத் பாவிச்சைத் தெரியுமா என்று கேட்டேன். அவர் படித்ததில்லை என்றார். சொன்னவர் சாதாரணமான ஆள் இல்லை. அவருடைய பெயர் ஒவ்வொரு வருடமும் நோபல்

பரிசுக்கு சிபாரிசு செய்யப்பட்டுக் கொண்டிருக்கிறது. தற்சமயம் ஒயின் விஷயத்தால் அவர் பெயர் மறந்து விட்டது. அவர் என்னிடம் ஒரு விஷயம் சொன்னார். அன்றைய தினம் மாலை நேர *Reading Session*-இல்தான் என்னுடைய சிறுகதை ஒன்றைப் படித்திருந்தேன். *கர்னாடக முரசும் நவீன தமிழ் இலக்கியத்தின் மீதான ஓர் அமைப்பியல் ஆய்வும்* என்பது அந்தக் கதையின் பெயர். படித்து முடித்ததும் “*Georges Bataille*-ஐ திரும்பவும் பார்த்தது போல் இருக்கிறது. உங்கள் எழுத்தை ஜெர்மன் மொழியில் மொழிபெயர்க்கப் பாருங்கள். ஜெர்மானியர்கள் உங்களைக் கொண்டாடுவார்கள்” என்றார் அந்த செர்பிய எழுத்தாளர்.

மிலோராத் பாவிச்சை இன்று யாருக்கும் தெரியாமல் இருக்கலாம். நாளை ஒருவேளை நோபல் கிடைத்தால் அவர் பெயர் பிரபலம் ஆகலாம். இன்னொரு விஷயம் சொல்கிறேன். மிலோராத் பாவிச்சின் எல்லா நாவல்களையும் நான் படித்திருக்கிறேன்.

★★★

அமர காவியம்

Dear Mr. Charu Nivedita,

I regularly read your blog. i have also read what you have written about the treatment you are receiving from the TV channels. In your previous entry on "Adi Bhgawan" you said that you will be making a movie in next five years.

i am an ardent fan of (well-made) tamil cinema. i enjoy watchin movies like "Mouna guru" "Pizza" "yudham sei" (suspense thrillers) and "shutter island" "inception" sort of movies in english . as you are a writer with so many years experience observing the world, there is no doubt, that you can come up with an excellent script.

i would like to make a point here. why do you need five years time? if you have decided to start a cinema career, the right time to start work is "now". i hope some success in cinema can give you a big relief to your financial burden. and i hope you can create a niche for yourself in the industry too.

as a fan, expecting some pleasant announcements from you,

my best wishes..

Sivakumar

டியர் சிவகுமார்,

சினிமா எடுப்பதற்குரிய நாலைந்து கதைகள் என்னிடம் உள்ளன. அந்தக் கதைகளைக் கேட்கும் இயக்குனர்கள் அவற்றைப்

பாராட்டுகிறார்களே ஒழிய எடுத்தால் ஓடுமா என்று சந்தேகம் கொள்கின்றனர். நிச்சயம் ஓடும் என்று அவர்களை நம்ப வைக்கும் திறமை என்னிடம் கிடையாது. ஆனால் நிச்சயம் ஓடும் என்று எனக்குத் தெரியும்.

இந்த நிலையில் இரண்டு மாதங்களுக்கு முன்பு ஒருநாள் என் நீண்ட நாள் நண்பரான மலேஷியா சுல்தான் திடீரென்று வந்து சேர்ந்தார். சென்ற தேர்தலின் போது, “உங்கள் காங்கிரஸ் கட்சி தமிழ்நாட்டில் இரண்டு இடங்களில்தான் ஜெயிக்கும்” என்றேன். மூன்றில் ஜெயித்தது. அது கூட ஒரு இடத்தின் வெற்றி சந்தேகாஸ்பதம்தான். அப்போது மலேஷியா போனவர்தான், இப்போதுதான் திரும்பினார்.

நான் இப்போது *Pub*-களுக்குப் போவதில்லை. காரணம், அங்கே ரெமி மார்ட்டின் விலை படுபயங்கரமாக இருக்கிறது. அம்பானி போன்ற ஆட்களால்தான் அந்த விலை சாத்தியம். வெளியில் ரெமி மார்ட்டின் ஆக குறைந்த ரகத்தின் விலை 5000 ரூ. என்றால், *pub*-இல் ஒரு பெக்கின் விலை 5000 ரூ. அதாவது, 5000 ரூபாய்க்கு வாங்கி 80,000 ரூபாய்க்கு விற்கிறார்கள். இந்த ரெமி மார்ட்டின் ஐந்து ஆண்டுகள் பழமையானது. 15 ஆண்டுகள் பழமையானது கொஞ்சம் நடுத்தரமாக இருக்கும். விலை 25,000 ரூ. அது ஒரு ஏழை எழுத்தாளனுக்குக் கட்டுப்படியாகாது என்பதால் கடைசி ரக ரெமி மார்ட்டினோடு நிறுத்திக் கொள்கிறேன். அதுவும் மாதம் ஒருமுறைதான். மேற்சொன்ன காரணத்தால் பப்பில் குடிப்பதில்லை. இந்திய சரக்குகளைக் குடித்தால் ஏன் முதுகுத் தண்டில் வலி பின்னி எடுக்கிறது என்பதற்குக் காரணம் தெரியாமல் ரொம்ப நாள் குழம்பிக் கொண்டிருந்தேன். சமீபத்தில்தான் காரணம் தெரிந்தது. இந்திய சரக்குகள் கரும்புக் கழிவு என்கிற மொலாஸஸிலிருந்து தயாரிக்கப்படுகின்றன; ஃப்ரெஞ்சு சரக்கு திராட்சையிலிருந்து. மேல் விபரங்கள் எக்ஸைல் நாவலில் எழுதியிருக்கிறேன்.

பப்புக்குப் போவதில் இன்னொரு பிரச்சினை என்னவென்றால், வீட்டுக்குத் திரும்புவது. கையிலும் கழுத்திலும் தமிழ் சினிமா வில்லன்களைப் போல் நகை அணிந்திருப்பதால் போதையில் வீடு திரும்புவதில்லை. கவரிங் நகைகள்தான் என்றாலும் திருடன் அதைத் தங்கம் என்று நினைத்து விட்டால் என்ன செய்வது?

பப்-ஐத் தவிர்ப்பதால் பல அனுகூலங்கள் இருக்கின்றன. அடிக்கடி குடிக்க வேண்டியதில்லை. யாராவது நெருங்கிய நண்பர் அழைத்தால் கூட, "குடித்து விட்டுத் தங்குவதற்கு ஏற்பாடு செய்ய முடியுமா?" என்று கேட்டு விட்டால் அத்தோடு விட்டு விடுவார்கள். மாதம் ஒருமுறை நண்பரின் கெஸ்ட் ஹவுஸில் குடிப்பதோடு நிறுத்திக் கொள்ளலாம். பல அனுகூலங்கள் என்று சொன்னேன். பப்-பில் ஏதோ மதுவை இலவசமாகத் தருவது போல் ஒன்பதரை மணிக்கே வந்து 'லாஸ்ட் ஆர்டர்' என்று பிட்டைப் போடுவார்கள் பப் பணியாளர்கள். இழுத்துப் போட்டு உதைக்க வேண்டும் போல் தோன்றும். கெஸ்ட் ஹவுஸில் அல்லது அறையில் குடித்தால் இந்த லாஸ்ட் ஆர்டர் பிரச்சினையெல்லாம் இல்லை.

ஆனால் மலேஷியா சுல்தான் வந்த போது இந்த விதிக்கு விலக்கு அளித்து விட்டேன். அவரைச் சந்தித்து ஆண்டுகள் ஆகி விட்டது என்பதால். ஸாரா பப்புக்குப் போனோம். நான் ஒயின் அருந்தினேன். அவர் மார்ட்டினி. இந்த லாஸ்ட் ஆர்டர் பிரச்சினையிலிருந்து தப்புவதற்காக நான் அவருக்கு ஒரு யோசனை சொன்னேன். ஒன்பதரை மணிக்கே சேர்ந்தாற்போல் ஒரு நாலைந்து க்ளாஸை வாங்கிக் கொண்டு விட்டோம் என்றால் அதை முடிக்கும் வரை அவர்கள் நம்மைக் கிளப்ப முடியாது அல்லவா?

அது ஒரு சனிக்கிழமை என்பதால் ஸாரா முழுவதும் ஒரே பெண்கள் கூட்டம் அலை மோதியது. எல்லோருமே என் யோசனையைப் பின்பற்றி இருப்பார்கள் போல, இரவு பன்னிரண்டு மணி ஆகியும் கூட்டம் கலையவில்லை.

மறுநாள் மதியம் போன் செய்த சுல்தான், "நேற்று நீங்கள் சொன்ன கதையைப் போல் என் வாழ்நாளில் கேட்டதில்லை" என்றார்.

"என்ன கதை? என்ன சொல்கிறீர்கள்?" என்றேன்.

மனிதர் நேராக என் வீடு தேடி வந்து விட்டார். அப்புறம்தான் சொன்னேன். எனக்கு ரெமி மார்ட்டின் அல்ல; ஒயின் அருந்தினால் கூட முதல் நாள் நடந்தது மய்க்கா நாள் ஞாபகம் இருப்பதில்லை என்று. எனக்கு சுத்தமாக ஒரு அட்சரம் ஞாபகம் இல்லை. பிறகு அவரே ஒரு மணி நேரம் அந்தக் கதையைச் சொன்னார். என்னுடைய ஆழ்மனதில் இப்படி ஒரு கதை ஒளிந்திருந்தது எனக்கே ஆச்சரியமாக இருந்தது.

இப்படி எனக்குக் கனவில்தான் நடக்கும். ஒரு முழு நீளப் படமே கனவில் வரும். மறுநாள் காலை என்று ஒத்திப் போட்டால் சுத்தமாக ஓடி விடும் என்பதால் நடு ராத்திரியே எழுந்து எழுதி வைத்துக் கொள்வேன். *ஸீரோ டிகிரியில்* உள்ள கவிதைகள் அனைத்துமே அப்படி எழுதியவைதான். அதே மாதிரிதான் ஸாராவில் வைத்து அவரிடம் ஒரு அற்புதமான கதையைச் சொல்லியிருக்கிறேன். அதற்கு முன்னால் அந்தக் கதை பற்றி நான் யோசித்ததே இல்லை. ஆனால் ஒயின் அருந்தி விட்டு அவ்வளவு தத்ரூபமாக காட்சி காட்சியாகச் சொல்லி இருக்கிறேன். தமிழர்களின் உயிர்நாடியான ஒரு பிரச்சினை பற்றிய கதை அது. இந்தியாவிலேயே அப்படி ஒரு கதையோ படமோ வந்ததில்லை என்று உறுதியாகச் சொல்லுவேன். 18 வயதிலிருந்து 22 வயது வரை உள்ள இளைஞர் நடிக்கலாம். மிக நிச்சியமாக படம் வெள்ளிவிழா காணும். தமிழர் என்று சொல்பவர்களால் அதைப் பார்க்காமல் இருக்கவே முடியாது.

இதை, தமிழில் நான் வெகுவாக மதிக்கும் ஒரு இயக்குனரிடம் சொன்னேன். அற்புதமான கதை; ஆனால் ஹாலிவுட்டில்தான் எடுக்க முடியும் என்றார். "என்ன இது, என்னையும் கமலைப் போல் ஹாலிவுட் பக்கம் விரட்டி விடுவீர்கள் போலிருக்கிறதே?" என்றேன். சிரித்தார்.

இரண்டு கோடி ரூபாய் இருந்தால் அந்தப் படத்தை எடுத்து விடுவேன். தயாரிப்புச் செலவுக்குப் பணம் வேண்டும். மற்ற அனைத்தும் தயார். திரைக்கதை கைவசம் இருக்கிறது. வசனத்துக்கு ஜெயமோகனை அணுகலாம். *நான் கடவுள், கடல்* இரண்டுக்கும் அவர் எழுதியுள்ள வசனம் உலகத் தரம் என்பதில் சந்தேகமே இல்லை. இது எனக்கு ஒரு ஆச்சரியம். இளங்கோவன், பாலகுமாரன் *(நாயகன்)* ஆகியோருக்குப் பிறகு எனக்குப் பிடித்த வசனம் ஜெயமோகன் எழுதியதுதான்.

சரி, தயாரிப்பாளர் யார்? அதை மட்டும் சொல்லுங்கள்; தமிழில் ஒரு அமர காவியத்துக்கு நான் உத்தரவாதம்.

கதை பற்றிச் சொல்லவில்லையே என்கிறீர்களா? ஒன் லைன் மட்டும் சொல்கிறேன். அது ஒரு ஈழத் தமிழனின் கதை.

★★★

மேடையில் அவர் கடவுள்

என்னுடைய கட்டுரை நூல்களில் நான் எழுதியுள்ள விஷயங்களை வைத்து நீங்கள் ஆராய்ச்சி செய்து கொண்டு போனால் உங்களுக்கு ஒரு ஆயுள் போதாது. மேடையில் அவர் கடவுள் என்று உதய் ஷங்கரைப் பற்றி எழுதியிருக்கிறேன். அந்தக் கட்டுரையைப் படிப்பதோடு விட்டு விடாதீர்கள். உதய் ஷங்கர் இயக்கி நடித்த *கல்பனா* என்ற படத்தையும் தேடிப் பாருங்கள். அப்போது நான் எழுதியிருப்பது புரியும். கீழே ஒரு வாசகர் கடிதம்:

அன்புள்ள சாரு...

இன்று விடியற் காலை 5.30 இருக்கும். சற்று மன கலக்கத்துடன் இருந்தேன். என் மனம் கலக்கம் அடையும் போதெல்லாம் உங்கள் எழுத்துதான் எனக்கு ஆறுதல். அப்போது உங்கள் திசை அறியும் பறவை எடுத்து விரித்தேன்; கிடைத்தது மேடையில் அவர் கடவுள். படித்து முடித்ததும் மின்வெட்டு. நல்லவேளை, நடுவில் ஆகவில்லை. அப்படி ஆகியிருந்தால் இன்னும் பிரச்சனை. பிறகு மின்சாரம் வந்த பிறகு கணினியைத் திறந்து யூடியூபில் உதய் ஷங்கர் எனத் தட்டினேன். இந்த வீடியோ கிடைத்தது...

http://www.youtube.com/watch?v=H7GceqHJsUc...

கே.எஸ். கோபிராஜா

★★★

தியானம்

நான் தினமும் காலையில் நான்கிலிருந்து நான்கரைக்குள் எழுந்து தியானம் செய்வதற்கு முன் எனக்கு வந்துள்ள மின்னஞ்சல்களைப் பார்ப்பது வழக்கம். பத்து கடிதம் இருந்தால் அதில் பாதி படு மோசமான வசை கடிதங்களாக இருக்கும். சாந்தமாக வாழ்வது எப்படி என்ற கலையை அந்த வசைக் கடிதங்களே எனக்குக் கற்றுக் கொடுப்பதால் அதையும் நான் ஒரு தியானப் பயிற்சியாகவே கொண்டிருக்கிறேன். ஆனால் இன்று ஒரே ஒரு கடிதம்தான் வந்திருந்தது. அது எனக்கு வேறு விதமான தியானப் பயிற்சியை அளித்தது. ஆப்ரஹாம் லிங்கன் தன் மகனைப் பற்றி அவன் ஆசிரியருக்கு எழுதிய புகழ்பெற்ற கடிதத்தை மொழிபெயர்த்து அனுப்பும்படி முகநூலில் எழுதி ஒரே மணி நேரத்துக்குள் மொழிபெயர்ப்பை அனுப்பி வைத்திருந்தார்கள் ஸ்ரீராம் கிருஷ்ணமூர்த்தியும் குமரனும். அவர்களின் பெயரோடுதானே மொழிபெயர்ப்பை வெளியிட வேண்டும்? இப்போது ஸ்ரீராம் கிருஷ்ணமூர்த்தி ஒரு கடிதம் எழுதியிருக்கிறார். முகநூலில் பின்னூட்டம் என்ற பெயரில் தங்கள் அசிங்கத்தை வாந்தி எடுக்கும் பல்லாயிரம் பேரில் இந்தக் கடிதம் எனக்கு ஒரு தியானம் போலவே இருந்தது. நாம் நம்முடைய வாழ்வில் எவ்வளவு அடக்கமாக இருக்க வேண்டும், எவ்வளவு பணிவாக இருக்க வேண்டும் என்பதை இது எனக்குக் கற்றுத் தந்தது. இனி கடிதம்:

Dear Charu,

My three year old daughter with her innocent activity makes my day better than the previous day and often brings happy tears in my eyes.

Today by mentioning my name on your blog you too brought happy tears in my eyes and I am not worthy for this mention but I will become one soon.

ஸ்ரீராம் கிருஷ்ணமூர்த்தி

★★★

இலக்கியம் என்றால் என்ன?

டியர் சார்,

என் பெயர் விக்னேஷ். வயது 17. இலக்கியம் என்ற வார்த்தையை நான் அடிக்கடி கேள்விப்படுகிறேன். இலக்கியம் என்றால் என்ன? நான் ஒரு கதையை எழுதி விட்டால் அது இலக்கியம் ஆகிவிடுமா?

அன்புடன்,

விக்னேஷ்.

அன்புக்கு உரிய விக்னேஷ்,

தமிழ்நாட்டில் இவ்வளவு சிறிய வயதில் இலக்கியத்தின் மீது உங்களுக்கு ஏற்பட்டுள்ள ஈடுபாட்டுக்கு வாழ்த்துக்களும் பாராட்டுகளும். ஆனால் உங்களிடம் இலக்கியம் என்றால் என்ன என்று விளக்க முடியாத நிலையில் இருக்கிறேன். ஏனென்றால், Stephen Hawkins என்ற இயற்பியல் அறிஞர் இருக்கிறார்; அவரிடம் சென்று இயற்பியல் என்றால் என்ன என்று ஒருவர் கேட்டால் அவர் என்ன பதில் சொல்லுவார்? சரி, கப்பல் கட்டும் தொழில்நுட்பம் தெரிந்த ஒருவரிடம் சென்று கப்பல் கட்டுவது எப்படி

என்று கேட்டால் அவர் என்ன பதில் சொல்லுவார்? நான் காகிதத்தில் ஒரு கப்பல் செய்து மழை நீரில் விட்டால் அது கப்பல் ஆகுமா என்று வேறு கேட்கிறீர்கள். நான் என்ன பதில் சொல்லட்டும்? தயவுசெய்து நான் உங்களைப் புண்படுத்துவதாக நினைத்து விடாதீர்கள். உங்கள் கேள்வி முக்கியமானது. அதை வரவேற்கிறேன். ஆனால் நீங்கள் அதை உங்களிடமேதான் கேட்டுக் கொள்ள வேண்டும். நீங்களேதான் தேட வேண்டும். ஆனால் இப்படி நான் எழுதும் போதே அரவிந்த் அடிகா மேற்கோள் காட்டும் ஒரு கவிதை வரியும் ஞாபகம் வருகிறது.

சமீபத்தில்தான் அவர் எழுதிய *வெள்ளைப் புலி* என்ற நாவலைப் படித்தேன். அதில் அந்த வாக்கியம் வருகிறது. “கதவைத் திறப்பதற்கான திறவுகோலை உங்கள் வாழ்நாள் பூராவும் தேடிக் கொண்டே இருக்கிறீர்கள். ஆனால் உங்களுக்குத் தெரியவில்லை; கதவு திறந்தேதான் இருக்கிறது என்று.” அதேபோல் இலக்கியத்திற்கான கதவு திறந்தே கூட இருக்கக் கூடும். எனக்குத் தெரியவில்லை.

நான் எப்படி இலக்கியத்தின் பக்கம் வந்தேன் என்கிறீர்களா? சிறு வயதில் ஊரிலிருந்து விலகி தன்னந்தனியாய் நடந்து கொண்டிருக்கும் போது என்னைப் போலவே ஒரு அனாதைப் பிள்ளையாரைப் பார்த்தேன். ஒரு பாழடைந்த கோவிலில் உட்கார்ந்திருந்தார். அவரோடு போய் உட்கார்ந்து பேசிக் கொண்டிருப்பேன். அப்படியே தானாக கதை எழுத வந்து விட்டது.

ஆனால் ஒன்று. இப்போதெல்லாம் எழுத்தாளர்கள் *IIT*-இல்தான் உருவாவதாகக் கேள்வி.

சாரு

★★★

ஒரு இன்ப அதிர்ச்சி

பொதுவாக *011* என்று தொடங்கும் போன் அழைப்பு எதையும் நான் எடுப்பதில்லை. தில்லியிலிருந்து ஏதாவது ஒரு கால் செண்டரிலிருந்து ஒரு பெண், "ஆர் யூ மிஸ்டர் ஆ... றீ... வா... ஸா... கா..." என்று நீட்டி முழக்குவதற்குள் நான் போனை கட் பண்ணி விடுவேன். தில்லிக்காரர்களுக்கு அறிவழகன் என்ற பெயரை உச்சரிப்பதற்குள் வேர்த்து விறுவிறுத்து விடும். அதனால்தான் நான் தில்லியில் உத்தியோகத்தில் இருந்த போது என் பெயரை ரவி என்று வைத்துக் கொண்டேன்.

நேற்று காலை தில்லியிலிருந்து ஒரு போன் அழைப்பு. எடுக்கவில்லை. பிறகு ஒரு கைத்தொலைபேசியிலிருந்து. தெரியாத எண். எடுத்தேன். ஒரு பெண் குரல். நீண்ட நாள் பழகியது போல் பேசி விட்டு ஒருவரின் பெயரைச் சொல்லி அவர் உங்களோடு பேச விரும்புகிறார் என்றார். அதிர்ச்சியில் ஒருக்கணம் உறைந்து போனேன். ஆசியாவின் போக்கையே மாற்றிய *50* பேரில் ஒருவராகப் பேசப் படும் எழுத்தாளர் அவர். ஓரிரு முறை சர்வதேச இலக்கியக் கருத்தரங்குகளின் மாலை வேளையில் நடக்கும் காக்டெய்ல் பார்ட்டிகளில் சந்தித்திருக்கிறேன். அவ்வளவுதான்.

அவர் சொன்ன விஷயம் இன்னும் ஆச்சரியம். *ஸீரோ டிகிரி* படித்தேன். இந்தியாவில் இப்படி ஒரு நாவலைப் படித்ததில்லை; *most astounding book*. இன்னும் பலது சொன்னார்.

கடைசியாக, "தில்லி வாருங்கள்; ஒருநாள் மாலைப்பொழுதில் சாவகாசமாக விஸ்கி அருந்தியபடி உரையாடலாம்," என்றார். மை காட், என்னால் நம்பவே முடியவில்லை. அடுத்த மாதம் தில்லி கிளம்பலாம் என்று இருக்கிறேன்.

என் எழுத்து ஆங்கிலத்தில் சென்றால் அதற்கான அங்கீகாரம் கிடைக்கும் என்பது எனக்கு மிகவும் உறுதியாகத் தெரிந்த விஷயம். *ராஸ லீலா* ஆங்கிலத்தில் மொழிபெயர்க்கப்பட வேண்டும். *White Tiger* புக்கர் பரிசு பெற்ற நாவல். அந்த நாவலை சமீபத்தில் நான் குஜராத் சென்றிருந்த போது இரண்டே நாளில் படித்து முடித்தேன். காலையில் எழுந்து பல் கூட துலக்காமல் பத்து மணி வரை படிப்பேன். இந்த அளவுக்கு வெறித்தனமாகப் படிக்க வைத்த புத்தகம் இந்தியாவில் இல்லை. வெளிநாட்டில் *Mario Vargas Llosa*. நான் சொல்ல வந்த விஷயம், *ஒய்ட் டைகரை* விட நூறு மடங்கு அதிகமாக *ராஸ லீலா*வில் நான் சாதித்திருக்கிறேன். *ராஸ லீலா*வோடு ஒப்பிட்டால் *ஒய்ட் டைகர்* ஒரு ஜுஜுபி. *ஒய்ட் டைகரு*க்கு புக்கர் பரிசு. *ராஸ லீலா* கிணற்றில் கிடக்கிறது. காரணம், அது இன்னும் ஆங்கிலத்தில் மொழிபெயர்க்கப் படவில்லை. விரைவில் நடக்கும் என்று விரும்புகிறேன்.

★★★

விலாசம் மாறி வந்த கடிதம்

கமல்ஹாசன் மற்றும் மிஷ்கின் ஆகியோருக்குச் சென்றிருக்க வேண்டிய கடிதம் விலாசம் மாறி எனக்கு வந்து விட்டது. கடிதம் எழுதியிருக்கும் நண்பர் நிச்சயம் கமல் மற்றும் மிஷ்கினை நேரில் சந்தித்து இந்தக் கேள்விகளைக் கேட்க வேணுமாய் அன்புடன் கேட்டுக் கொள்கிறேன். கடிதமாக எழுதி விடாதீர்கள். எப்பாடுபட்டாவது அவர்களை நேரில் சந்தித்துக் கேளுங்கள்.

வண்ணக்கம் சாரு சார்,

எனக்கு உங்களை பற்றி எதுவுமே தெரியாது. உங்களை பற்றி ஜஸ்ட் கேள்வி பட்டுருக்கிறேன்.

"நாம் கோமாளிகளாக மாறவேண்டும்" என்ற தலைப்பில் ஷேர் செய்தது பிடித்திருந்தது.

நான் assistant camerman ஆக வேலை செய்கிறேன், அதோடு எனக்கு கதை எழுதி டைரக்ட் செய்ய வேண்டும் என்றே ஆசையும் உள்ளது. ஆனால் எனுக்கு புக், novel படிக்க interest வரமட்டுங்க்றது. அப்படி முயற்சி செய்து படித்தாலும் 3 to 4 பக்கங்கள் மேல் படிக்க முடியவிலை, காரணம் interest பொய்டுது.

எனக்கு மிகவும் பிடித்தது Iranian படங்கள், உதாரணம் "மஜீத் மஜிதி, மொஹ்சென் மஹ்பெல்ப்" போன்றே டைரக்டர்களின்

படைப்பு, மிகவும் எதார்த்தமான, ஆர்பாட்டம் இல்லாத கதை.

எனக்கு novels , புக் படிக்க interest வரே என்ன செய்ய வேண்டும் and எந்த மாதிரியான novels, புக் படிக்கவேண்டும் என்று தெரியவில்லை. I am requesting to guide me..

★★★

நடுக்குப்பம் புத்தகத் திருவிழா

நடுக்குப்பத்தில் உள்ள மீன் மார்க்கெட்டுக்கு இப்போதுதான் போய் வந்தேன். கடலில் மீன் பிடிக்க இந்த மாதம் தடை என்பதால் அவ்வளவாக மீன் வரத்து இல்லை. இருந்தாலும் பப்பு, ஸோரோவுக்காக சுறா மீன் வாங்கி வந்தேன். அப்போது பக்கத்தில் புத்தகத் திருவிழா என்ற பேனரைப் பார்த்தேன். வீட்டுக்கு வந்ததும் ஒரு வேலையாக மனுஷ்ய புத்திரனை அழைத்தேன். அவரும் அந்தப் புத்தகத் திருவிழா பற்றி சொன்னார். அதனால் உயிர்மை ஸ்டாலுக்குப் போகலாம் என்று இருக்கிறேன். மாலை ஐந்து மணி அளவில் அங்கே வருவேன். புத்தகங்கள் எப்படிப் போகிறது என்று கேட்டேன். மீன் மார்க்கெட்டை விட கூட்டம் கம்மிதான்; இருந்தாலும் வாருங்கள் என்றார்.

சென்ற வாரம் அவரை சன் டிவி அலுவலகத்தில் பார்த்தேன். "உங்களை அடிக்கடி பார்க்க முடியாததால் பணக்காரர்களோடு 'பப்'களுக்கு சென்று குடிக்க முடியவில்லை" என்று விசனப்பட்டார் மனுஷ்ய புத்திரன். நான் இப்போதெல்லாம் பப்களுக்குப் போவதில்லை. கெஸ்ட் ஹவுஸ்தான். ஆனால் இன்னொரு விஷயம் ஞாபகம் வந்தது. நான் பணக்கார நண்பர்களுக்கு மத்தியில் வாழும் ஏழை; மனுஷ்ய புத்திரன் ஏழை நண்பர்களுக்கு மத்தியில் வாழும் பணக்காரன்.

★★★

எக்ஸைல்

என்னுடைய ஐம்பது ஆண்டுக் கால வாசிப்பு அனுபவத்திலேயே என்னை அதிகம் கவர்ந்த எழுத்தாளர் என்று *Mario Vargas Llosa*-வைச் சொல்லுவேன். அவருடைய ஒரு டஜன் நாவல்களையும் இரண்டு இரண்டு முறை படித்திருக்கிறேன். ஆனாலும் அவர் என் எழுத்தை எந்த விதத்திலும் மாற்றிவிடவில்லை என்று உறுதியாகச் சொல்லுவேன்.

நிகோஸ் கஸான்ஸாகிஸ் என் குரு. என் வாழ்க்கைப் பார்வையையே மாற்றியவர். ஆனால் அவர் என் எழுத்தை மாற்றிவிடவில்லை.

மற்ற என்னுடைய *transgressive writing comrades* ஆன வில்லியம் பர்ரோஸ், கேத்தி ஆக்கர், ஜார்ஜ் பத்தாய் அனைவரும் *boring writers*. பத்து பக்கத்துக்கு மேல் படிக்க முடியாது.

ஹுலியோ கொர்த்தஸார் என்னை ஓரளவு பாதித்திருக்கிறார் என்று சொல்லலாம். ஆனால் அவரும் புறவயமாகத்தானே தவிர உள்வயமாக அல்ல; உணர்வுபூர்வமாக அல்ல. இந்த நிலையில் என் வாழ்வில் முதல் முறையாக ஒரு விஷயம் நடந்துள்ளது. அதாவது, எக்ஸைல் நாவலின் ஆங்கில மொழிபெயர்ப்பு நடந்து கொண்டிருக்கிறது. இப்போது ஒரு ஆங்கில நாவலைப் படித்து விட்டு, அதன் எக்கச்சக்கமான பாதிப்பில் எக்ஸைலின் தமிழ் மூலத்தில் சில விஷயங்களை நீக்கி விட்டு, சுமார் 200 பக்க

அளவில் புதிதாக எழுதிச் சேர்த்துக் கொண்டிருக்கிறேன். நாவலின் பல பகுதிகள் வெற்றிடமாக இருப்பதாகத் தோன்றியதே இதற்குக் காரணம். இப்படித் தோன்ற வைத்தது நான் படித்துக் கொண்டிருக்கும் நாவல். என் வாழ்வில் இந்த அளவுக்கு என் எழுத்தை பாதித்த நாவல் வேறு எதுவும் கிடையாது என்று திண்ணமாகச் சொல்வேன்.

ஏற்கனவே எழுதி வெளியாகி பல்லாயிரம் (?!) வாசகர்கள் வாங்கிப் படித்த நாவலில் இப்படி மீண்டும் 200 பக்கங்களை எழுதிச் சேர்க்கலாமா என்று எனக்கு சந்தேகம். அதிலும் நாவலின் கடைசியில் அல்ல; இடையிடையே. மனுஷ்ய புத்திரனுக்கு போன் போட்டுக் கேட்டேன். தாராளமாகச் சேர்க்கலாம் என்றார். ஒரு ருஷ்ய நாவலை அதன் ஆசிரியர் பத்து தடவைகளுக்கு மேல் மாற்றி எழுதியிருக்கிறார் என்றார். அதாவது, கையெழுத்துப் பிரதியை அல்ல. ஒவ்வொரு பதிப்பு வரும் போதும் மாற்றுவாராம்.

அதனால் தைரியம் வந்து விட்டது. இப்போதைய எக்ஸைல் *ராஸ லீலாவை* விட அமர்க்களமாக இருக்கும்.

சரி, என்னை அந்த அளவுக்கு பாதித்த நாவல் எது தெரியுமா? தருண் தேஜ்பால் எழுதிய *The Alchemy of Desire*. இந்த நாவல் நானே எழுதியது போல் இருந்தது. ஒவ்வொரு வார்த்தையிலும் நான் என்னைப் பார்த்தேன். தருணுக்கு போன் போட்டு சொன்னேன். "உங்கள் பெருந்தன்மைக்கு நன்றி" என்றார். இலக்கியத்தில் மட்டும் நட்போ, பெருந்தன்மையோ, நன்றிக்கடனோ எதுவுமே பார்ப்பதில்லை என்று சொல்லவில்லை; சொல்லக் கூச்சமாக இருந்ததால் மெஸேஜ் செய்தேன்.

★★★

The Alchemy of Desire

சற்று முன்புதான் அராத்துவிடம் பேசினேன். ஒரு வாரமாக வாக்கிங் போகவில்லை; சரியாகத் தூங்கவில்லை; ராணுவ ஒழுங்குடன் வாழும் என் தினசரி வாழ்க்கை அத்தனையும் தலைகீழ் ஆயிற்று. ஒரு நாவலால். தருண் தேஜ்பால் எழுதிய *The Alchemy of Desire.* இரண்டு லட்சம் வார்த்தைகள். பொடி எழுத்தில் 550 பக்கங்கள். என் வாழ்க்கையை ஒளிந்திருந்து பார்த்து யாரோ எழுதியது போல் இருந்தது. ஒரே ஒரு வித்தியாசம். கதாநாயகன் விஸ்கி குடிக்கிறான். நான் பிராந்தி... அட அடா அடா. படித்த மகிழ்ச்சியில் கொஞ்சம் ரெமி மார்ட்டின் அருந்திக் கொண்டிருக்கிறேன். இது நாவல் இல்லை; காவியம் என்று தருணுக்கு மெஸேஜ் பண்ணினேன். *your appreciation means a lot to me* என்று பதில் வந்தது. நீங்களும் அந்த நாவலைப் படித்துப் பாருங்கள். மரியோ பர்கஸ் யோசாவுக்கு அடுத்து, கஸான்ஸாகிஸுக்கு அடுத்து தருணின் இந்த நாவல்தான். தருணை நான் யோசா, கஸான்ஸாகிஸ் அளவில் வைக்கிறேன். இந்திய நிலப்பரப்பில் இப்படி ஒரு நாவலை என் வாழ்நாளில் படித்ததில்லை.

★★★

Sila, the Turkish Singer...

இன்றைய உலகம் அமெரிக்காவையே மையமாக வைத்து இயங்கிக் கொண்டிருக்கிறது. அமெரிக்காவில் யார் பிரபலமோ அவர்தான் உலகம் பூராவும் பிரபலம். ஆனால் உலகில் பல நாடுகளில் அமெரிக்கா முன்வைக்கும் நபர்களை விட மிகப் பெரும் திறமையும் கலாசிருஷ்டியும் கொண்ட கலைஞர்கள் உள்ளனர். அவர்களில் ஒருவர் இவர்.

https://www.youtube.com/watch?v=kXBunIe_PSw

★★★

50 Writers, 50 Books – The Best of Indian Fiction

Pradeep Sebastian மற்றும் *Chandra Siddan* இருவரும் தொகுத்த *50 Writers, 50 Books* இந்தப் புத்தகம் *Harper Collins* மூலம் வெளிவந்துள்ளது.

http://www.amazon.in/50-Writers-Book-Indian-Fiction/dp/9350294281

இந்தத் தொகுப்பில் தமிழிலிருந்து *ஸீரோ டிகிரியும்* தேர்ந்தெடுக்கப்பட்டு அதைப் பற்றிய கட்டுரை ஒன்றும் வந்துள்ளது. கொஞ்சம் நேரம் முன்பு பெங்களூரிலிருந்து நண்பர் தியோடர் பாஸ்கரன் என்னை போனில் அழைத்து இந்தச் செய்தியைச் சொன்னார். இந்த சந்தோஷத்தை உங்களோடு பகிர்ந்து கொள்வதில் மகிழ்ச்சி அடைகிறேன்.

இந்தப் புத்தகத்தைத் தொகுத்தவர்களில் ஒருவரான *Chandra Siddan*தான் *ஸீரோ டிகிரி* பற்றிய கட்டுரையையும் எழுதியிருக்கிறார். அந்தக் கட்டுரையின் தலைப்பு என்ன தெரியுமா? *Dick wants (to be) Cunt.* எவ்வளவு பொருத்தமான தலைப்பு பாருங்கள்! இதில் என்ன விசேஷம் என்றால், தமிழ் இலக்கியத்தில் சிறந்த புத்தகங்களைத் தெரிவு செய்த யாரும் இதுவரை என் புத்தகத்தைத் தெரிவு செய்ததில்லை. *500* ஆண்டுகள் ஆனாலும் அது நடக்காது. வெங்கடாசலபதி புதுமைப்பித்தனின் புத்தகத்தைப் பற்றி எழுதியிருக்கிறார். தியோடர் பாஸ்கரன் பாமாவின் *கருக்கு* பற்றி.

மற்றபடி, இரண்டு பிராமணத் தமிழ் எழுத்தாளர்கள் பற்றி இரண்டு பிராமண விமர்சகர்கள் எழுதியுள்ளனர். *Establishment* என்பது இன்னும் பிராமணர்கள் கையிலேயே இருக்கிறது என்பதற்கு இந்த இரண்டு விமர்சகர்களின் தேர்ந்தெடுப்பே சான்று. சந்திரா ஸித்தன் கனடாவைச் சேர்ந்தவர். தமிழே தெரியாது. *ஸீரோ டிகிரியை* ஆங்கிலத்தில் படித்து விட்டு இந்தக் கட்டுரையை எழுதியிருக்கிறார். நான் தமிழில் எழுதுகிறேன் என்பதைத் தவிர தமிழ் வாசகப் பரப்புக்கும் எனக்கும் சம்பந்தமே இல்லையோ என்று தோன்றுகிறது.

ஸீரோ டிகிரியைப் பற்றி பிரமாதமாக எழுதியிருக்கிறார் சந்திரா. *எக்ஸைல்* மற்றும் *ராஸ லீலா* இரண்டும் ஆங்கிலத்தில் மொழிபெயர்க்கப்பட்டால் எப்படிப்பட்ட வரவேற்பு இருக்கும் என்று நினைத்துப் பார்க்கிறேன். ஏனென்றால், *ஸீரோ டிகிரியை* விடப் பல மடங்கு வீர்யமானவை இந்த இரண்டு நாவல்களும். மொழிபெயர்ப்பாளர்கள் தங்கள் பணியை விரைந்து முடிக்க வேண்டும் என்று அன்புடன் கேட்டுக் கொள்கிறேன்.

கட்டுரையிலிருந்து ஒரு பத்தி:

Talking of the gendering of authors, when I went to meet Charu Nivedita I was expecting a woman I'd want to snuggle close to, a shoulder to put my head on, a soul sister. The book had just exploded upon my consciousness like an incendiary love letter that had changed everything. I was so excited! But he was a man. I forgave him, though. We whispered of Bataille, Acker, Cixous. He showed me his scar from the rape of the surgeon's knife… and I remembered the book itself, a hardening shell of an oozing wound constantly threatening to crack…and we melted into a pool of love.

★★★

ஒரே இலக்கு

டியர் சாரு,

நம்முடைய மாசாணி அம்மன் பயணத்தின்போது உங்களுடைய ஒவ்வொரு புத்தகத்திலும் இருந்து ஏதேனும் ஒரு பத்தி அல்லது ஒரு கட்டுரையை எடுத்து சாரு ஆன்லைனில் நிரந்தரமாகப் பதிவிடுவதாக (புத்தகங்கள் பற்றி ஒரு புதிய பகுதியில்) முடிவானதே சாரு?

தொடர்ச்சியான வேலை பளுவில் மறந்து இருந்தால் ஞாபகப்படுத்தவே சொன்னேன்.

மற்றபடி உங்களுடன் இரண்டு நாள் பயணித்தது - என்னதான் உங்களுக்கு சிரமங்கள் கொடுத்தாலும் - என் வாழ்நாள் அனுபவம். பாருங்கள், வாழ்க்கையில் மிகவும் பிடித்த நபருக்கு எவ்வளவு கஷ்டங்கள் கொடுக்கிறோம்.

ராம் நாராயண்.

டியர் ராம்,

நீங்கள் என்னோடு வந்தது எனக்குத்தான் சந்தோஷம், சௌகரியம். எனக்கு ரயில், பஸ் பயணம் எல்லாம் பிடிக்காது. அந்த வாழ்க்கையெல்லாம் போதும் என்ற அளவுக்கு வாழ்ந்து முடித்தாகி விட்டது. எனவே, ரயிலில் நீங்கள் உடன் இருந்தது

எனக்கு சந்தோஷமே. ஆனால் ஓடுகின்ற ரயிலில் வந்து நீங்கள் ஏறியதுதான் எனக்குப் பதற்றத்தை அளித்துவிட்டது. என் சிறிய வயதில் கூட நான் இப்படிச் செய்ததில்லை. அதிலும் 'ட்ராஃபிக்' என்ற வார்த்தையே என் அகராதியில் பிடிக்காது. இந்தியாவில் வாழ்ந்து கொண்டு அந்த வார்த்தையை உச்சரிக்கலாமா? அதையெல்லாம் உத்தேசித்துத்தானே கணக்கே போட வேண்டும்?

மற்றபடி, நீங்கள் கூட வந்தது அருமையான அனுபவம்.

பயணத்தின்போது நம்முடன் இருந்த ஈரோட்டைச் சேர்ந்த ரமேஷ், ஸ்ரீதர், பொள்ளாச்சியைச் சேர்ந்த விஜி எல்லோருமே நாம் மிக அருமையான அனுபவத்தை அடையக் காரணமாக இருந்தவர்கள். இது பற்றியெல்லாம் விரிவாக எழுத வேண்டும்.

கோவையில் வந்து சேர்ந்து கொண்டார்கள் வாசகர் வட்ட நண்பர்கள் தயாநிதியும், ஈரோடு நவீனும். கோவையைச் சேர்ந்த பாஸ்கரோடு அதிக நேரம் செலவிட முடியவில்லை. திடீரென்று முத்து ராஜன் என்ற நண்பர் வந்து சேர்ந்து கொண்டார்.

முந்தா நாள் எனக்கு ஒரு தெரியாத எண்ணிலிருந்து தொடர்ந்து அழைப்பு வந்து கொண்டிருந்தது. என்னால் போனில் பேச முடியாத அளவுக்கு வேலை. நேற்றும் பலமுறை வந்ததால் எடுத்தேன். ஒரு இனிமையான பெண் குரல். நான் தான் வித்யா. அமெரிக்கா. ஆறு ஆண்டுகளுக்கு முன்பு உங்களோடு நீண்ட நேரம் பேசி இருக்கிறேன்.

எனக்குப் பொதுவாக பெண்களின் பெயர்களும் அவர்கள் தொடர்பான விஷயங்களும் நன்றாக ஞாபகம் இருக்கும். என்றாலும் வித்யாவை மறந்து விட்டது. பிறகு அவர் சொன்னார். *Lydia Davis* என்ற அமெரிக்கப் பெண் எழுத்தாளரைப் பற்றிக் குறிப்பிட்டேனே என்றார். புரிந்துவிட்டது.

ஆறு ஆண்டுகளுக்கு முன்பு வித்யா சொன்னார். "*ராஸ லீலாவைப்* படித்துவிட்டேன். இது ஆங்கிலத்தில் மொழிபெயர்க்கப்பட்டால் புக்கர் பரிசு நிச்சயம்." அப்போதெல்லாம் எனக்கு மொழிபெயர்ப்பாளர் கிடைப்பார் என்ற துளி நம்பிக்கை கூட கிடையாது என்பதால் அந்தப் பேச்சை அதோடு வெட்டி விட்டு வேறு விஷயங்களைப் பற்றிப் பேசிக்கொண்டிருந்தோம். வித்யா உலக இலக்கியங்களை நன்கு அறிந்தவர் என்று அவர்

பேச்சிலிருந்து எளிதில் புரிந்தது. பிறகு, *ஸீரோ டிகிரி*யை எழுதியது ஒரு பெண்தான் என்றே அமெரிக்க வாசகர்கள் நினைத்து விடுகிறார்கள் என்றார். எனக்கும் அப்படியே கடிதங்கள் அங்கிருந்து வருவதுண்டு. கேத்தி ஆக்கர் (*Kathy Acker*) பற்றிய பேச்சு வந்தது. அப்போது *Lydia Davis*-இன் எழுத்துக்கும் என்னுடைய எழுத்துக்கும் ஒற்றுமை இருப்பதாக வித்யா சொன்னார். நான் லிடியாவைப் படித்திருக்கவில்லை என்பதால் அது பற்றி என்னால் கருத்து எதுவும் சொல்ல முடியவில்லை.

முந்தா நாள் *Lydia Davis*-க்கு *Man Booker International Prize* கிடைத்திருக்கிறது. (இதற்கு யூ. ஆர். அனந்தமூர்த்தியின் பெயரும் பரிந்துரைக்கப்பட்டிருக்கிறது.) இந்தத் தகவலும் வித்யா சொல்லித்தான் எனக்குத் தெரியும். நான் கடந்த ஒரு மாத காலமாக ஒரு முக்கியமான வேலையில் ஈடுபட்டிருந்தேன்.

வித்யா ரொம்ப சந்தோஷமாகவும் ரொம்ப விசனமாகவும் இருந்தார். அவர் குறிப்பிட்ட *Lydia Davis*-க்கு புக்கர் பரிசு. சந்தோஷம். *ராஸ லீலா*வை ஏன் இன்னும் ஆங்கிலத்தில் மொழிபெயர்க்காமல் இருக்கிறீர்கள்? விசனம். நான் என்ன செய்யட்டும்? எனக்கும் பதற்றமாகவே இருக்கிறது. இப்போதுதான் *ராஸ லீலா* மொழிபெயர்ப்புப் பணியே ஆரம்பித்துள்ளது.

*எக்ஸைலி*ன் தமிழ் மூலத்தில் ஒரு லட்சம் வார்த்தைகள் இருக்கலாம். இப்போது ஆங்கிலத்தில் ஒரு லட்சத்து ஐம்பதாயிரம் வார்த்தைகள் ஆகி விட்டன. கிட்டத்தட்ட முக்கால் வாசி நாவலை மேலும் எழுதிச் சேர்த்திருக்கிறேன். *ராஸ லீலா*வை விடவும் இப்போது வீர்யமாக மாறி விட்டது *எக்ஸைல்*. இதற்காக நான் தருண் தேஜ்பாலுக்கு நன்றிக்கடன் பட்டிருக்கிறேன். அவருடைய *ஆல்கெமி*யைப் படித்த பிறகுதான் எக்ஸைலில் இதை இதையெல்லாம் சேர்க்கலாமே என்ற யோசனையும் திட்டமும் கிடைத்தது. என் எழுத்து வாழ்வில் என் எழுத்து முறையையே மாற்றி அமைத்த முதல் புத்தகம் தருண் தேஜ்பாலின் *The Alchemy of Desire*.

ஒரே இலக்கோடு சென்று கொண்டிருக்கிறேன். வெல்வேன்.

சாரு

★★★

சிருஷ்டி

கலாச்சாரம், தத்துவம், இசை, சினிமா, குழந்தை, குடும்பம், காதல், கடவுள், அருள், உணவு, பசி, BMW Car, 61000 கோடி ரூபாய் ஊழல், அதிகாரம், பதவி, மரணம், கொலை, பஸ், மது, மது விலக்கு, குடி குடியைக் கெடுக்கும், புக்கர் பரிசு, நாவல், G String, padded bra, க்ளீவேஜ், ப்ளூ ஃபிலிம், facebook chat, ஆபாச எழுத்தாளன், எய்ட்ஸ், ஹோமோ, anal sex, முத்தம், இமயமலை, பாசம், ஸ்கூல் அட்மிஷன், எல்கேஜி, கல்யாணம், சீர் வரிசை, ரேப் என்று ஆயிரக்கணக்கான விஷயங்கள் இந்த ஆவணப் படத்தைப் பார்த்தபோது ஞாபகம் வந்தது. படத்தின் பெயர், Isolated: The Zo'é tribe.

https://www.youtube.com/watch?v=9SW0jzXTS6A

★★★

விருட்சம்

காலையில் ஆறு மணிக்கு நாகேஸ்வர ராவ் பூங்காவுக்குப் போய் ஒரு மணி நேரம் நடந்து விட்டு, பிறகு ஒரு மணி நேரம் அங்கேயுள்ள நூற்றுக்கணக்கான விருட்சங்களோடு உரையாடிக் கொண்டிருப்பது என் வழக்கம். பல்வேறு மரங்களைப் பார்க்கிறேன். ஒவ்வொன்றும் ஒவ்வொரு கதை சொல்கிறது... ஒவ்வொன்றும் ஒவ்வொரு மாதிரி இருக்கிறது. ஆனால் அரச மரம், ஆலமரம், கொன்றை தவிர மற்ற விருட்சங்களின் பெயர் தெரியவில்லை. தெரிந்து கொள்ள வேண்டும். எக்ஸைலுக்குத் தேவைப்படுகிறது. ஒரு மரத்தின் பூ மஞ்சளாக இருக்கிறது. அந்த மரத்தின் இலையின் இரண்டு பக்கங்களிலும் விளிம்பு சீராக இல்லாமல் அரத்தில் இருப்பது போல் கூர் கூராக வெட்டப்பட்டிருப்பது போல் இருக்கிறது. இவ்வளவு நூதனமான இலையைக் கொண்ட அந்த மரத்தின் பெயர் என்னவாக இருக்கும் என்று யோசித்தேன். நான் வளர்ந்த நாகூரில் நான் பார்த்த மரங்கள் அரை டஜனைத் தாண்டாது. ஆலமரம், அரச மரம், வேப்ப மரம், பூவரசு மரம், மற்றபடி ஊர் பூராவையும் வளைத்து முழுங்கிக் கொண்டிருக்கும் கருவேல மரங்கள்.

யாரேனும் தாவரவியல் படித்தவர்களிடம் கேட்க வேண்டும்.

★★★

மேலே கீழே

அராத்து உங்களைப் பற்றி எழுதியிருந்ததைப் படித்து நீங்கள் ஒன்றும் நெகிழ்ச்சி அடையவில்லையா என்று ஆரம்பித்து வைத்தார் வாசகர் வட்டத்தின் பொறுப்பாளர்களில் ஒருவரான குமார். ஆரம்பத்தில் சில பத்திகளைப் படித்த போது கண் கலங்கி விட்டது என்று பதில் எழுதினேன். அதோடு விட்டிருந்தால் இப்போது நான் ஒரு ஆபாச எழுத்தாளன் என்பதற்கு இன்னொரு சான்று கிடைக்காமல் இருந்திருக்கும். விடவில்லை குமார். ஏன் சாரு, சினிமா விமர்சனம் படிப்பது போல் கீழேயிருந்து படித்தீர்களா என்று கேட்டார். தமிழ்நாட்டில் தஞ்சாவூர்க்காரன் என்றால் பெண்ணே கொடுக்க மாட்டார்கள். ஆனால் குமாருக்கு நான் தஞ்சாவூர்க்காரன் என்று தெரிந்தும் ஆழம் தெரியாமல் காலை விட்டு விட்டார். அதாவது, அராத்து கடைசியில் என் மரணம் பற்றி எழுதியிருந்தார் அல்லவா, அதைப் படித்து நீங்கள் கண் கலங்கி விட்டீர்களா என்பது குமாரின் கேள்வி.

அட பகவானே! என்னைப் பார்த்தா இந்தக் கேள்வி? என்னுடைய மிகப் பெரிய பலம் என்று நான் கருதுவது எது தெரியுமா? நான் நல்லவன் என்பது அல்ல; நான் நண்பர்களுக்கெல்லாம் இனியவன் என்பது அல்ல; நம்பிக்கைத் துரோகம் செய்ய மாட்டேன் என்பது அல்ல; சமரசமே செய்ய மாட்டேன் என்பது அல்ல; மரணத்தைக் கண்டு துளிக்கூட அஞ்சாதவன் என்பது மட்டுமே என்னுடைய மிகப் பெரிய பலம் என்று நான் கருதுகிறேன். ஏனெனில், நான் கடந்த பத்து ஆண்டுகளில் இந்திய ஆன்மீகத்தின் சாரத்தை ஒரு

துளி அமிர்தமாக மாற்றிக் குடித்தவன்.

அந்த அமிர்தம் என்ன தெரியுமா? தெரிந்து கொள்ளுங்கள். இது எந்த மதத்திலுமே இல்லாத, எந்த தேசத்திலுமே இல்லாத ஒரு அற்புதமான அமிர்தம்.

ஓம் த்ரையம்பகம் யஜாமஹே சுகந்திம் புஷ்டி-வர்தனம்

உர்வாருகம் இவ பந்தனான் ம்ருத்யோர்முக்ஸீய மாம்ருதத்

ஆங்கிலத்தில் வேண்டுமானால் இப்படி:

oṁ tryambakam yajāmahe sugandhim puṣṭi-vardhanam

urvārukam iva bandhanān mṛtyormukṣīya māmṛtāt

மார்க்கண்டேய முனிவரால் உருவாக்கப்பட்ட இந்த மந்த்ரத்தின் பெயர்: மஹா ம்ருத்யுஞ்ஜய மந்த்ரா. ம்ருத்யு என்றால் மரணம். மரணத்தை வெல்லும் மந்திரம் என்று பொருள். மரணத்தை வெல்வது எப்படி? அது இந்த மந்த்ரத்தில் சொல்லப்பட்டுள்ளது.

இந்த உலகத்தைக் காத்து ரட்சிக்கும் சுகந்த மணமுள்ள முக்கண்ணனே, உன்னை வணங்குகிறேன். வெள்ளரி பழுத்த பிறகு அதன் கொடியிலிருந்து எப்படிப் பிரிகிறதோ அதேபோல் நான் மரணத்திலிருந்து பூரணத்துவத்தை அடைகிறேன்.

இதிலுள்ள கவித்துவ உச்சத்தை கவனியுங்கள். வெள்ளரி பழுத்த பின் எப்படி அதன் கொடியிலிருந்து பிரிகிறதோ அப்படி. மரணம் என்பது அப்படித்தான்.

ஏற்கனவே என்னுடைய ஆன்மீகக் குறுங்கதைகளில் சொல்லியிருந்தேன். ஒரு பட்சி ஒரு மரத்தின் கிளையில் அமர்ந்திருக்கிறது. அந்தக் கிளையோ இற்று விட்டது. பட்சியின் சுமை தாங்காமல் கிளை கீழே விழுந்து விடுகிறது. அதற்காக அந்த பட்சி அங்கேயே அமர்ந்து கண்ணீர் விடுகிறதா? இல்லையே? பட்சி அடுத்த கிளையின் மீது சென்று இயல்பாக அமர்ந்து கொள்கிறது.

என் ஆன்மா தான் அந்த பட்சி.

இந்த மகா உண்மையை உணர்ந்த நானா மரணத்தைக் கண்டு கண்ணீர் சிந்துவேன்?

ஆன்மீகம் இருக்கட்டும். குமாருக்கு நான் என்ன பதில் சொன்னேன் தெரியுமா? தம்பி... நான் செக்ஸ் விஷயத்தில் மட்டுமே கீழேயிருந்து மேலே போவேன். மற்ற எல்லா விஷயத்திலும் மேலிருந்துதான் கீழ். அடடா, இது என்ன புதிர்? எல்லோரும் செக்ஸில் மேலிருந்து அல்லவா கீழே போவார்கள் என்கிறீர்களா? செக்ஸில் கொஞ்சம் பர்வர்ஷன் கலந்தால் அட்டகாசமாக இருக்கும். செக்ஸில் ஈடுபடும் இருவரும் முழுமையாக மனம் ஒன்றுபட்டவர்கள் என்றால் எல்லாமே சாத்தியம்தான். எல்லாமே அனுமதிக்கப்பட்டதுதான். அதனால் கீழிருந்தும் மேலே போகலாம். ஒரு செக்ஸ் சூத்திரம் சொல்கிறேன். குறித்து வைத்துக் கொள்ளுங்கள். அர்த்தம் வேண்டுமானால் கட்டணம், ஒரு ரெமி மார்ட்டின்.

Stage one மேலே கீழே

Stage two மேலே மேலே

Stage three கீழே கீழே

★★★

மது – மழை – மாலை

1) என்ன செய்யலாம் என்று யோசித்து, யாரும் பக்கத்தில் இல்லை என்பதால் நானே டாஸ்மாக் போனேன். முன்பு மைலாப்பூரில் 15 இருந்தது. இப்போது ஐந்தே ஐந்துதான் இருக்கிறது. பார்க்க சகிக்காத காட்சி. ஒரே தள்ளுமுள்ளு. ரஜினி படம் முதல் நாள் டிக்கட் வாங்குவது போல. ஆட்டோக்காரரே என்னிடம் நீங்கள்ளாம் இங்கே வாங்க முடியாது சார் என்று சொல்லி மைலாப்பூர் ரயில்வே ஸ்டேஷன் பக்கத்தில் அழைத்துப் போனார். அது கொஞ்சம் பரவாயில்லை. சீனி சிபாரிசு செய்த *Age de Oak* கிடைத்தது. *Half* 400 ரூ. ஓகே. ஆலையில்லா ஊருக்கு இலுப்பைப் பூ சர்க்கரை.

2) மதுவுக்கு எதிராகப் பிரச்சாரம் செய்பவர்கள் நரகத்துக்குப் போக வேண்டும் என்று சபிக்கிறேன். 20 ரூபாயை விட்டெறிந்தால் சரவண பவனில் ஒரு காப்பிக்கு ராஜ மரியாதை தருகிறான். இங்கே 200, 300 ரூ என்று செலவு செய்பவர்களை ஏதோ பிச்சைக்காரர்களைப் போல நடத்துக்கிறார்கள். ஏன் பளபளவென்று கண்ணாடிக் கடை போல் - பெங்களூரில் இருப்பது போல் - மதுபானக் கடைகளை வைத்தால் என்ன? இப்போது இருக்கும் மதுபான விற்பனை முறை கடைந்தெடுத்த அயோக்கியத்தனம். வாடிக்கையாளர்களை மிகக் கேவலமாக நடத்துகிறார்கள்.

3) மாதா மாதம் ரெமி மார்ட்டின் வாங்கி வைத்துக் கொள்வேன். சென்ற மாத கோட்டா தீர்ந்து விட்டது. மே முடிந்து விட்டது என்பதை மறந்து போனேன். *Age de Oak* லேசாகக் கசக்கிறது. இந்தக் கசப்பு ரெமியில் இருக்காது. இதற்கா நாலு மடங்கு விலை? ரெமியில் எவ்வளவு அடித்தாலும் ஹேங் ஓவர் இருக்காது. ஓக் பற்றித் தெரியவில்லை.

4) பலரும் சொல்லி இருக்கிறார்கள். நானும் கவனித்து இருக்கிறேன். *Eminem*-இன் பாடல்கள் என் எழுத்தைப் போல் இருக்கும். ஆனால் எனக்கு எமினெம்மைப் பிடிக்காது. இருந்தாலும் இந்தப் பாடல் - *Lose Yourself* - என்ன ஒரு அற்புதமான தலைப்பு - எனக்கு மிகவும் பிடித்தது. திருப்பூர் நண்பர் ஒருவரின் காரில் வரும் போது கேட்டேன். செம கலெக்ஷன் வைத்திருக்கிறார்.

http://www.youtube.com/watch?v=gYSHsPFDjTg

5) இதைக் கேட்டுப் பாருங்கள். இந்த ரகசியத்தை இன்று சொல்லி விடுகிறேன். ஸீரோ டிகிரியின் ஆதார சுருதி யானியின் இசைதான்.

★★★

Eminem and Michael Jackson

என்னுடைய எழுத்து எமினெம்மின் பாடல்களை ஒத்திருக்கிறது என்று பலரும் சொன்ன பிறகு எமினெம்மைக் கேட்டேன். உண்மைதான். ஆனாலும் அவர் பாடல்கள் எனக்குப் பிடிக்கவில்லை. ஏனென்றால், நான் மைக்கேல் ஜாக்ஸன் பள்ளியைச் சேர்ந்தவன். நான் மைக்கேலின் அடிமை. என்னால் எமினெம்மை ரசிக்க முடியவில்லை. ஆனால் ஒதுக்கவும் முடியவில்லை. அவர் குரல் ஒரு காரணம். அவருடைய பாடல் வரிகள் என்னுடைய நாவலிலிருந்து தூக்கியது போல் உள்ளன. எனக்குக் குழப்பமாக உள்ளது. எனக்கு ஏன் மைக்கேல் பிடித்த அளவுக்கு எமினெம்மைப் பிடிக்கவில்லை? தெரியவில்லை.

உடல் வளர்த்தேன், உயிர் வளர்த்தேனே!

எழுத்துலகின் மார்கண்டேயனுக்கு,

எப்படி இப்போதும் எழுத்திலும் சரி, உடலிலும் சரி ஒரு இளைஞன் போல் இருக்கிறீர்கள்? நீங்கள் மட்டும் டை அடித்தால் உங்களுக்கு யாரும் நாற்பது வயதுக்கு மேல் சொல்ல மாட்டார்கள். (மறுபடியும் நீங்கள் டை அடிக்க வேண்டும்.)

சாரு, எப்படி உங்கள் முகம் எப்போதும் கண்ணாடி போல் பளபளவென்று உள்ளது. அதற்கு என்ன செய்கிறீர்கள்? தயவுசெய்து சொல்லுங்கள். 30 வயதிலேயே எனக்கு சுருக்கம் வந்து விட்டது.

இந்த ரகசியத்தைச் சொல்ல கட்டணம் வேண்டும் என்றாலும் தருகிறேன்.

நன்றி

சரண்.

சரண்,

பலமுறை இந்தக் கேள்விக்கு பதில் எழுதியிருக்கிறேன். எக்ஸைல் நாவலில் பெருந்தேவி சொன்ன பாம்பு கதைகள் என்ற அத்தியாயத்திலும் காணலாம். சுருக்கம் விழுவது எதனால் என்றால், நம் தோலில் உள்ள செத்துப் போன செல்களை நாம் அகற்றாததால்தான். அப்படி அகற்றாமல் போவதால் அதன் மேலே மேலே செல்கள் உண்டாகி பாசி படிவது போல் தோல் வறண்டும், சுருங்கியும் போகிறது. பளபளப்பு குறைந்து விடுகிறது. குழந்தைகள் என்ன பசையா உபயோகிக்கின்றன? அவைகளின் தோல் ஏன் பளபளப்பாகவே இருக்கிறது? நாள் ஆக ஆக நாம் செத்துப் போன செல்களை அகற்றுவதில்லை. பாதத்தில் வெடிப்பு ஏற்படுவதும் இப்படித்தான்.

இன்னொரு முக்கியமான விஷயம். தோல் பளபளப்பு மற்றும் இளமையாகவே இருப்பது என்பதெல்லாம் ஒரு வாழ்க்கை முறை சம்பந்தப்பட்டது.

நான் என்னுடைய பதினைந்தாவது வயதிலிருந்து தினமும் ஏழெட்டு கிலோமீட்டர் தூரம் ஓடும் பழக்கத்தைக் கொண்டிருக்கிறேன். இடையில் 40 வயதிலிருந்து 45 வயது வரை ஒரு பிச்சைக்காரனாகவும் பொறுக்கியாகவும் வாழ்ந்த காலத்தில் அதைச் செய்யவில்லை. எதையுமே செய்யவில்லை. அழுகல் தக்காளிகளைச் சாப்பிட்டுக் கொண்டு முழுக்க முழுக்க ஒரு பொறுக்கியாகவே வாழ்ந்த காலம் அது. அந்த ஐந்து ஆண்டுகளையும், முதல் பதினைந்து ஆண்டுகளையும் விட்டு விட்டால் மீதியுள்ள 40 ஆண்டுகளில் என் உடலை ஒரு கோவில் போல் ஆராதித்து வளர்த்திருக்கிறேன்.

வெறும் பசை போட்டால் மட்டும் தேகம் பளபளப்பாகி விடாது. சொல்கிறேன்; குறித்துக் கொள்ளுங்கள்.

காலையில் இஞ்சிச் சாறு ஒரு டம்ளர் குடிக்கிறேன். குடிக்கும் போது, "சாரு, இந்தக் கொடுந்துன்பம் தேவையா உனக்கு?" என்று தோன்றும். நரக உணவு போல் இருக்கும். விக்கல் எடுக்கும். காரத்தில் கண்கள் கண்ணீரைச் சிந்தும். ஆனாலும் உங்கள் உடல் 25 வயது இளைஞனைப் போல் இருக்க வேண்டுமானால் இதைச் செய்துதான் ஆக வேண்டும். இது கட்டுரை என்பதால் இப்படி சூசகமாகச் சொல்கிறேன். நாவல் என்றால் வேறு மாதிரி சொல்லியிருப்பேன்.

அடுத்து, ஒன்றரை மணி நேரம் வேக நடை.

ஒரு பீட்ரூட், ஒரு கேரட், ஒரு மாதுளை, ஒரு ஆப்பிள் எல்லாவற்றையும் தோல் சீவி மிக்ஸியில் போட்டு அரைத்து வடிகட்டி சாறைக் குடிப்பேன். இதை எழுத ஒரு நிமிடம்தான் ஆகிறது. படிக்க பத்து வினாடிதான் ஆகும். ஆனால் செய்வதற்கு அரை மணி நேரம் ஆகிறது. நான் அவந்திகாவுக்கும் சேர்த்து எல்லாம் இரண்டு இரண்டாகப் போடுவேன். அவளுக்கே ஒரே ஆச்சரியம். ஐஸ் வைக்கிறேன்னு நினைச்சுக்காதே... உன்னைப் போல் இப்படி ஒருத்தர் கூட செய்ய முடியாது என்றாள் நேற்று. பொறுமையாக பீட்ரூட்டின் தோலை சீவ வேண்டும். ஐயா, தோல் பிசிறு எதுவும் ஒட்டிக் கொண்டிருக்கக் கூடாது. கூடாவே கூடாது. நிலத்துக்கு அடியிலிருந்து எடுக்கும் காய்களை பச்சையாக உண்ணும் போது அதன் தோல் பகுதி துளிக்கூட ஒட்டிக் கொண்டிருக்கக் கூடாது. ஏன் என்று கேட்காமல் நான் சொல்வதை அப்படியே செய்ய வேண்டும். பிறகு கேரட்டையும் அவ்வாறே தோல் பிசிறு எதுவும் ஒட்டாமல் தோலை சீவிக் கழுவி விட்டு மிக்ஸியில் போட்டு ஒரு டம்ளர் தண்ணீர் ஊற்றி அடித்து, வடி கட்டி வைத்துக் கொள்ள வேண்டும். பிறகு தனியாக மாதுளையையும் ஆப்பிளையும் மிக்ஸியில் அடித்து வடிகட்டாமல் முன்பு வடிகட்டி வைத்திருக்கும் சாறில் கொட்டி, இரண்டு ஸ்பூன் தேன் கலந்து மிக்ஸியில் அடிக்க வேண்டும்.

மூன்று தம்ளர் சாறு வரும். அவந்திகாவுக்கு ஒன்றரை தம்ளர் கொடுத்து விட்டு, மீதியை நான் குடிப்பேன். இதுபோல் பல ஆண்டுகளாக செய்து வருகிறேன். நான் ஊருக்குப் போயிருக்கும் போது இப்படிச் செய்து குடித்தாயா என்று அவந்திகாவிடம் கேட்கும் போதெல்லாம் உன் பொறுமை எனக்குக் கிடையாது

என்பாள். இன்னொன்று, அவளுக்கு இதெல்லாம் அவசியமும் கிடையாது.

இந்த ஜூஸை ஜூஸரில் இன்னும் சுலபமாகச் செய்யலாம் என்று அறிகிறேன். ஜூஸர் விலை 4500 ரூ என்கிறான். காசு சேர்த்துக்கொண்டு இருக்கிறேன். மதியம் அரிசி சேர்த்துக் கொள்வதில்லை. அதற்குப் பதிலாக கோதுமை நொய். இதை குக்கரில் வேக வைத்தால் சோறு மாதிரியே இருக்கும். ஆனால் ஒரு தம்ளர் கோதுமை நொய்க்கு ஒன்றரை தம்ளர் தண்ணீர்தான். அதற்கு மேல் வைக்கக் கூடாது. குக்கரும் மூன்று விசிலுக்கு மேல் வரக் கூடாது. மீன் குழம்பு, சாம்பார், மோர், ரசம் எல்லாவற்றுக்கும் இது நன்றாக அரிசிச் சோறு போலவே இருக்கும். இது நான் ஜக்கியின் மகாமுத்ராவில் கற்றுக் கொண்டது. (அங்கே ஆன்மீகத்தைத் தவிர மற்ற எல்லா அய்ட்டமும் நன்றாக இருக்கும்!)

இரவில் ஓட்ஸ் கஞ்சி. அல்லது, பழம். வாரம் ஒருமுறை ரெமி மார்ட்டின். இடையில் தண்ணீருக்குப் பதிலாக க்ரீன் டீ குடிப்பேன். கொத்துமல்லி விதையைத் தண்ணீரில் வேக வைத்து வடிகட்டிக் குடிப்பேன். ஒரு கரண்டி மல்லி விதையை இரண்டு தம்ளர் தண்ணீரில் போட்டு வேக வைத்து அது ஒரு தம்ளராக வந்ததும் வடிகட்டிக் குடிக்கலாம். ருசி பிரமாதமாக இருக்கும். வெறும் தண்ணீரே குடிப்பதில்லை. இது சீனர்களையும் மலேஷியர்களையும் தாய்லாந்துக்காரர்களையும் ஐரோப்பியர்களையும் பார்த்துக் கற்றுக் கொண்டது. இந்தியாவில்தான் அதிகம் தண்ணீர் குடிக்கின்றனர். ஒரு ப்ரேக்ஃபாஸ்ட் முடிப்பதற்குள் சீனர்கள் அரை டஜன் டீ குடித்து விடுகிறார்கள். நாம் குடிக்கும் டீ வெறும் விஷம். அவர்கள் குடிப்பது அமிர்தம். பச்சைத் தேயிலையை கொதிநீரில் போட்டு வடிகட்டி சீனி சர்க்கரை எதுவும் சேர்க்காமல் குடிக்கிறார்கள். அதையே நானும் குடிக்கிறேன்.

இரவு படுக்கைக்குப் போகும் முன் ஒரு ஸ்பூன் கடுக்காய் தூள் தண்ணீரில் கலந்து குடிக்கிறேன்.

இதெல்லாம் செலவு மிகக் குறைவானவை. பார்க்கத்தான் ஆடம்பரம் போல் தோன்றும். பீட்ரூட்டும், கேரட்டும் ஆடம்பரமா என்ன? ரொம்ப மெனக்கெட வேண்டும். அதுதான் பிரச்சினை.

இவ்வளவு சொல்லி விட்டு ஒரு முக்கியமான விஷயத்தைச் சொல்ல மறந்து போனேன். இந்த விதிகளையெல்லாம் கண்ணை

மூடிக் கொண்டு ஒரு மத அடிப்படைவாதியைப் போல் நான் பின்பற்றுவதில்லை. திடீரென்று தோன்றினால் போய் விஸ்வநாதன் மெஸ்ஸில் ரத்தப் பொரியலோடு நண்டு குழம்பு சாப்பிட்டு விட்டும் வருவேன். வளைந்து கொடுக்காமல், நான் போட்ட சட்டம்தான் பெரியது என்று போனால் அப்புறம் மற்றவர்களுக்கும் எனக்கும் என்ன வித்தியாசம்?

தன் உடம்பை மிக மிக மிக மோசமாக *abuse* செய்தவரே 90 வயது வரை வாழ்ந்து கொண்டிருக்கும்போது என்னாலும் முடியும் என்று நினைக்கிறேன். இது தவிர, *cosmetics* (சோப்பு, க்ரீம் இத்யாதி) என்று பார்க்கப் போனால் *Lush Products* உபயோகிக்கிறேன். இது மட்டும்தான் விலை அதிகம். சினிமா நடிகர்களில் கமலைத் தவிர மற்றவர்களுக்குக் கூடத் தெரியாத ரகசியம் இது. இதை நான் என்னுடைய வாசகர் வட்டத்தில் கூட சொன்னதில்லை. இப்போது சொல்கிறேன். லஷ்ஷின் விசேஷம் என்னவென்றால், இதில் ரசாயனச் சாமான்கள் எதுவுமே இல்லை. மிருகங்களின் கொழுப்பு கிடையாது. விலங்குகளை வைத்து சோதனை செய்யப்படுவதில்லை. எல்லாம் மலர்களிலிருந்தும், பழங்களிலிருந்தும் தயாரிக்கப்படுகிறது. அதிலும் கைகளால் தயாரிக்கப்படுவது லஷ் பொருட்கள்.

இது எல்லாவற்றையும் விட ஒரு முக்கியமான விஷயம், சந்தோஷம். எப்போதுமே சந்தோஷமாக இருப்பது. மனிதர்கள் எப்போதும் யார் மீதாவது கொலைவெறியுடனோ, துக்கத்துடனோ, யாரையேனும் சபித்துக் கொண்டோ, அழுதுகொண்டோதான் இருக்கிறார்கள். மகா மகா கோடீஸ்வரர் சீனிவாசன் (ஐபிஎல்) சந்தோஷமாகவா இருக்கிறார்? ஒருவர் 90 வயது வரை வாழ்வது எவ்வளவு சந்தோஷமான விஷயம்? அதுவும் மாற்றி மாற்றி முதலமைச்சராகவே? ஆனால் அவரால் அவரது பிறந்த நாள் அன்று கூட சந்தோஷமாக இருக்க முடியவில்லையே? ஆசை. பணம், அதிகாரம் ஆகிய இரண்டின் மீதான ஆசை.

என்னுடைய ஆசைகள் எளிதானவை. ஒரு குழந்தையின் ஆசையை விட சாதாரணமானவை. எனக்கு ஐரோப்பிய சாக்லெட்டுகள் என்றால் உயிர். வீட்டில் ஃப்ரிட்ஜ் நிறைய இரண்டு டஜன் டப்பாக்களில் உள்ளன. ஒன்றைக் கூட தொடவில்லை. மாம்பழம் என்றால் உயிர். அதிலும் என் வீட்டு மாம்பழம்

கற்கண்டைப் போல் இனிக்கும். மூட்டை மூட்டையாகக் காய்த்தது. ஆயிரமோ இரண்டாயிரமோ இருக்கும். எண்ண முடியவில்லை. மூட்டைகளைத்தான் எண்ண முடிந்தது. ஒரு மாம்பழத்தைக் கூட எடுக்கவில்லை. எனக்கு சர்க்கரை வியாதி எதுவும் இல்லை. இருந்தாலும் எடுக்கவில்லை. தேவையில்லை என்று நினைத்தேன். எடுக்கவில்லை. ஏன் தேவையில்லை என்று நினைத்தேன்? மொழிபெயர்ப்பு வேலை முடியவில்லை. அதனால் எதன் மீதும் அவ்வளவாக ஆசை வருவதில்லை. ஒரே குறிக்கோள்.

இரண்டு வேளையும் தியானம் செய்வதால் மனம் எப்போதும் ஒரு லயத்தில் இருக்கிறது.

இந்த வாழ்க்கை முறைதான் என் சருமத்தின் பளபளப்புக்குக் காரணம்.

★★★

எக்ஸைல், ஸால்ஸா

இன்று காலையிலிருந்து பல நண்பர்கள் போன் செய்து பத்து நாட்களாக சாரு ஆன்லைனில் ஒன்றும் எழுத்து இல்லையே என்று விசனத்துடன் கேட்டனர். இதோ இப்போது எழுதத் தொடங்கி விட்டேன்.

பத்து நாட்கள் ஒன்றும் இல்லாததற்குக் காரணங்கள் இரண்டு. ஒன்று, எக்ஸைல் வேலை. தமிழில் வெளிவந்த போது அதன் மொத்த வார்த்தைகள் 80,000 இருக்கலாம். இப்போது 1,50,000 வார்த்தைகள். கிட்டத்தட்ட இரண்டு மடங்கு. இன்னும் 50,000 வார்த்தைகள் சேர்க்க விஷயம் இருக்கிறது. ஆனால் மொழிபெயர்ப்பாளர்களின் வசதி கருதியும் ஆங்கிலத்தில் விரைவில் வர வேண்டும் என்ற என் ஆசை காரணமாகவும் சுருக்கமாக முடித்து விட்டேன்.

எக்ஸைல் இப்படி ஆங்கில மொழிபெயர்ப்பில் இரண்டு மடங்காக ஆகி விட்டதற்கு ஒரே காரணம், தருண் தேஜ்பால் தான். அவருடைய *The Alchemy of Desire* தான் என்பதை ஏற்கனவே எழுதியிருக்கிறேன். மேலும், நாவலில் *erotic* விஷயங்களே இல்லை என்று தோன்றியது. அதையும் சேர்த்தேன். காமாட்சி என்ற ஒரு அற்புதமான பாத்திரம் வருகிறது. உதயா தஞ்சாவூரில் இருக்கும் காமாட்சி அம்மனிடம் நின்று, “உன்னையே நினைத்து, உன்

காலடியிலேயே கிடந்த காமாட்சி அம்மாளை ஏன் நீ கை விட்டாய்?" என்று கேட்கிறான் அல்லவா? அந்தக் காமாட்சி என்ன கஷ்டப்பட்டாள்? அவள் யார்? உதயாவின் பெரியம்மா என்று சொன்னால் போதுமா? அவளுடைய வாழ்க்கையே எக்ஸைலில் இல்லை. இப்படி பல பாத்திரங்கள் ஒவ்வொரு பக்கமாகக் கரைந்து போய் இருந்தார்கள். அதையெல்லாம் எழுதினேன்.

எழுதி முடித்து ஐந்து நிமிடங்களே ஆகின்றன. சாரு ஆன்லைனுக்கு வந்து விட்டேன்.

★★★

சேர்வராயன் மலை

இன்று இரவு சேர்வராயன் மலைக்குக் கிளம்புகிறேன். சேர்வராயன் மலைக் கடவுளைப் பற்றி *எக்ஸிஸ்டென்ஷியலிஸமும் ஃபேன்ஸி பனியனும்* நாவலில் எழுதியிருக்கிறேன். பாப்பாத்தி அம்மாள் என்ற பாத்திரம் ஞாபகம் இருக்கிறதா? இருந்தால் சேர்வராயன் மலையும் ஞாபகம் இருக்கலாம். இதுவரை நான் போனதில்லை. இதுதான் முதல். குகைக் கோவிலில் தர்ஸனம் முடித்த பிறகு ஏற்காட்டில் இரண்டு நாள் தங்கி இருப்பேன். வாசகர் வட்ட நண்பர்களை இந்த முறை ஏற்காட்டில் சந்திக்க இயலாது. ஆனால் ஜூலை 12, 13 தேதிகளில் வாசகர் வட்ட நண்பர் தயாநிதியின் திருமணத்தை முன்னிட்டு சிறுமலையில் ஒரு வட்டச் சந்திப்பு நடைபெற உள்ளது. அங்கே யார் வேண்டுமானாலும் வரலாம்.

இந்த ஏற்காடு சந்திப்புக்கு என்னுடன் சென்னை நண்பர் ஒருவர் வருகிறார். நேற்று அவருக்கு ஃபோன் செய்த போது த்ரோட் இன்ஃபெக்‌ஷன், ஜுரம் என்றார். இருந்தாலும் கவலை வேண்டாம்; மாத்திரை போட்டுக் கொண்டு வந்து விடுவேன் என்றார். காலையில் இஞ்சியும், இரவில் கடுக்காயும் உண்டால் ஏன் உடம்புக்கு வருகிறது? ஏன் இளைஞர்கள் எப்போதும் உடம்பு சரியில்லை என்றே சொல்லிக் கொண்டு வருகிறார்கள்? இதெல்லாம் எனக்குப் புரியாத சமாச்சாரங்கள். தமிழர்கள் எப்போதும் தங்கள் உடம்போடு போராடிக் கொண்டே

இருக்கிறார்கள். அடிக்கடி உடம்புக்கு வந்து விடுகிறது; எங்கே பார்த்தாலும் டாக்டர்கள்; வீதிக்கு வீதி மருந்துக் கடைகள். ஜுரம், ஜலதோஷம், இடுப்பு வலி, உடம்பு வலி, கழுத்துப் பிடிப்பு, நுரையீரல் வீக்கம், ப்ரெஸ்ட் கான்ஸர், 35 வயதிலேயே ஹார்ட் அட்டாக் மரணம் - சமீபத்தில் மணிவண்ணன், வயது 59 - இதெல்லாம் ஐரோப்பிய நாடுகளில் நடப்பதில்லையே, ஏன்? ஐரோப்பாவில் மருத்துவர்களையோ மருந்துக் கடைகளையோ பார்க்கவே முடிவதில்லையே, ஏன்? சீனாவிலும் அப்படித்தான்; ஜப்பானிலும் அப்படித்தான். தமிழர்களுக்கு நோய் எதிர்ப்புத் தன்மையே இல்லை. நான் ஒருநாளில் நாலு பேருக்கு ஃபோன் செய்தால் அதில் ஒருவருக்கு உடம்பு சரியில்லை. என் மகனும் விதிவிலக்கு அல்ல. அவனுக்கும் த்ரோட் இன்ஃபெக்ஷன், நாக்குப் புண். தினமும் கேரட், பீட்ரூட், ஆப்பிள், மாதுளை நான்கையும் சாறு எடுத்துத் தருகிறேன், ஒரு வாரம் சாப்பிடுகிறாயா என்று கேட்டேன். ஐயோ ஆளை விடுங்கள் என்று ஓடி விட்டான். நாக்குக்கு அடிமையாகிக் கிடக்கிறார்கள் மக்கள்.

தொண்டைப் புண் வராமல் இருக்க தினமும் துளசி இலைகளைச் சாப்பிட வேண்டும். தொண்டைப் புண் வந்தாலும் துளசி சாப்பிட்டால் சரியாகி விடும். சொன்னால் யார் கேட்பார்? என் வீட்டில் ஏழெட்டு துளசிச் செடிகள் உள்ளன. கருந்துளசிச் செடியும் உண்டு. துளசி இலையில் இஞ்சியையும் மூன்று நாட்டுப் பூண்டையும் சேர்த்து பச்சையாக மென்று மென்று தின்பது என் வழக்கம். என் நண்பர்களைக் கேளுங்கள். என்றைக்காவது எனக்குத் தொண்டை வலி, ஜுரம் என்றெல்லாம் சொல்லி இருக்கிறேனா? அதற்குக் காரணம், மூலிகைகள்தான். உணவே மருந்து.

எங்களோடு ஒரு (பிரபல) இயக்குனர் நண்பரும் வருகிறார். பெயரை எழுதலாம். ஆனால், 'சாரு கெட்டவர், அவரோடு சேராதீர்கள்' என்று அவருக்கு நூறு போன் போகும். அதனால்தான் பார்க்கிறேன். அவர் எனது நீண்ட நாள் நண்பர். ஆனால் அவ்வளவாக வெளியே தெரியாது. அவர் எனக்கு பத்து வருடங்களுக்கு மேல் நண்பர். ஆனாலும் அவரைப் பற்றியோ எங்கள் சந்திப்பு பற்றியோ நான் எதுவும் எழுதுவதில்லை. உங்கள் வாசகர் சந்திப்பை ஒருமுறை பார்க்க வேண்டும் என்றார். அதோடு சேர்வராயன் மலை பற்றியும் சொன்னேன். கிளம்பி விட்டார். ஸிம்பிள் மேன். (எனக்கு இந்த

ஸிம்பிள் மேன் என்ற வார்த்தையே பிடிக்காது. இருந்தாலும் சில சமயங்களில் சொல்லித்தானே ஆக வேண்டியிருக்கிறது? மேலும், ரஜினிகாந்தையே ஸிம்பிள் மேன் என்றுதானே சொல்கிறார்கள்?)

★★★

துளித் துளி...

பன்னிரண்டாம் வகுப்பில் அடியெடுத்து வைத்திருக்கும் ஆதித்யா என்ற மாணவன் எனக்கு ஒரு வித்தியாசமான கடிதம் எழுதியிருந்தான். வழக்கம் போல் ஆங்கிலத்தில்தான். இரண்டு வரிகளே இருந்த அந்தக் கடிதத்தில் ஒரு பாடலின் லிங்க் இருந்தது. இந்தப் பாடலை ஆதித்யாவின் வகுப்பு மாணவர்களே எழுதி, இசையமைத்து, பாடியும் இருக்கிறார்கள். பின்னணி இசையும் அவர்களே. பாடிய மாணவனின் பெயர் மட்டும் எழுதியிருக்கிறான். ராஜகோபால். கீ போர்ட் வாசித்திருக்கும் மாணவன், கிதாரிஸ்ட் பெயர் எல்லாம் இல்லை. அந்த இரண்டு பேரும் கூட ராஜகோபாலைப் போலவே கலக்கி இருக்கிறார்கள். ஒலிப்பதிவில் பர்ஃபெக்‌ஷன் இல்லை என்றெல்லாம் எழுதுவது அநியாயம். வெறும் பன்னிரண்டாம் வகுப்பு மாணவர்கள். அதுவும் இப்போதுதான் பன்னிரண்டாம் வகுப்பு சென்றிருக்கிறார்கள்.

தமிழ்நாட்டில் ஒரு துரதிர்ஷ்டம். பாட்டு என்றால் அது சினிமாப் பாட்டுதான். மற்ற பாடல்களைக் காது கொடுத்துக் கேட்க முடியாது. இல்லாவிட்டால் பக்திப் பாடல்கள். ஆனால் மலேஷியாவில் (முன்பு இலங்கையில்) தமிழ்ப் பாடல்கள் சினிமாவை நம்பி இல்லை. நான் அடிக்கடி லிங்க் கொடுக்கும் *Reshmonu*-வை நீங்கள் கேட்டிருக்கலாம். இந்தப் பையன்கள் ரேஷ்மோனு லெவலுக்குப்

பாடி, இசைத்திருக்கிறார்கள். அதிலும் அந்த கீ போர்ட் பையன் படு அட்டகாசம்.

இந்த மாணவர்கள் நான் வசிக்கும் மயிலாப்பூரில் உள்ள *P.S. Senior Secondary School* மாணவர்கள் என்று அறியும் போது பெரும் ஆச்சரியமும் உவகையும் அடைகிறேன். இறைவனின் கருணையும் அன்பும் இவர்கள் மீது பொழியட்டும். வாழ்த்துக்கள்.

http://www.youtube.com/watch?v=OYxb0fQbLw4

★★★

Nothing Else Matters

ஏற்காடு பயணம் இனிதே முடிந்தது. சென்னையிலிருந்து நானும் அராத்துவும் நடிகர் பார்த்திபனும் அவரது உதவியாளர் ஒருவரும் சென்றிருந்தோம். பல நண்பர்கள் ஸ்டோரி டிஸ்கஷனா என்று கேட்டார்கள். என் சினிமா உலக நண்பர்கள் என்னோடு என்றுமே சினிமா சம்பந்தமாகப் பேசியதில்லை. ஒரே விதிவிலக்கு கௌதம் மேனன். ஸீரோ டிகிரியின் ஆங்கிலப் பதிப்பு வெளியீட்டு விழா பார்க் ஓட்டலில் நடந்த போது - ஐந்து ஆண்டுகளுக்கு முன்பு - கௌதம் வந்திருந்தார். பிறகு ஒருநாள் சென்னை அமேதிஸ்டில் நண்பர் ஒருவருக்காகக் காத்துக் கொண்டிருந்தேன். நண்பர் அமேதிஸ்டைக் கண்டு பிடிக்க முடியாமல் மவுண்ட் ரோட்டையும் ஒயிட்ஸ் ரோட்டையும் முட்டை வடிவத்தில் காரில் சுற்றி சுற்றி வந்து கொண்டிருந்தார். ஒருவழிப் பாதை என்பதால் கொஞ்சம் தாண்டி விட்டாலும் நாலு கி.மீ. சுற்ற வேண்டும். நேற்று கூட ஈரோடு ரமேஷை அமேதிஸ்ட் வரச் சொல்லியிருந்தேன். தினமலர் அலுவலகத்துக்குப் பக்கத்துக் கட்டிடம். சத்யம் தியேட்டர் கார் பார்க்கிங் ஏரியாவுக்கு எதிரே; ஒயிட்ஸ் ரோட் என்றெல்லாம் சொல்லி இருந்தேன். ஐந்தரை மணிக்குச் சந்திப்பு. சரியாக ஐந்தேகால் மணிக்கு "தினமலர் அலுவலக வாசலில் நிற்கிறேன்; இங்கே அமேதிஸ்ட் இல்லை; பக்கத்தில் ஒரு போலீஸ் ஸ்டேஷன்; எதிரே ஸ்பென்ஸர் கட்டிடம்" என்றார் ரமேஷ். எனக்கு செம

குஷியாகி விட்டது. இதுவரை ஒருவர் கூட அமேதிஸ்டுக்கு மவுண்ட் ரோட்டையும் ஒயிட்ஸ் ரோட்டையும் ரெண்டு வட்டம் போடாமால் வந்து சேர்ந்ததில்லை. நான் வந்து விடுவேன் என்று சொல்லியிருந்தார் ரமேஷ். ஆட்டோக்காரர் அவரை பழைய தினமலர் அலுவலகம் பக்கம் கொண்டு போய் விட்டிருந்தார். நீங்கள் நின்று கொண்டிருக்கும் ரோட்டுக்குப் பெயர் மவுண்ட் ரோடு. அந்த இடமாக இருந்திருந்தால் ஸ்பென்ஸர் எதிரே என்று சொல்லி இருக்க மாட்டேனா? மறுபடியும் சுற்றிக் கொண்டு ஒயிட்ஸ் ரோட் வாருங்கள் என்றேன். ஆனால் மனிதர் சரியாக ஐந்தரைக்கு வந்து விட்டார்.

சென்ற ஆண்டு ஒருநாள் இப்படி அமேதிஸ்டில் நண்பருக்காகக் காத்துக் கொண்டிருந்த போது மென்யு கார்டை மேய்ந்து கொண்டிருந்தேன். திடீரென்று பின்னாலிருந்து மென்மையான குரலில், நுனிநாக்கு ஆங்கிலத்தில், *"May I help you, Sir?"* என்று கேட்டது. திரும்பிப் பார்த்தால் கௌதம் மேனன்.

பார்த்திபன் எனக்குப் பல ஆண்டுகள் பழக்கம். ஆனால் அவர் படம் எதற்குமே நான் எழுதியதில்லை. என்னை எங்கே பார்த்தாலும் தன் காரில் வீட்டுக்குக் கொண்டு வந்து விடாமல் போக மாட்டார். அது போல் நிறைய நண்பர்கள் செய்வார்கள். ஆனால் பார்த்திபனின் விசேஷம் என்னவென்றால், நாம் காரை விட்டு இறங்கியதும் அவர் பாட்டுக்கு டாட்டா சொல்லி விட்டுக் காரைக் கிளப்பி விடாமல் காரிலிருந்து இறங்கி வந்து என்னிடம் கை கொடுத்துப் பேசி விட்டுத்தான் போவார்.

சேர்வராயனை தர்சிக்கப் போகிறேன் என்றேன். கூடவே கிளம்பி விட்டார். அவ்வளவுதான்.

22-ஆம் தேதி அராத்துவுக்குப் பிறந்த நாள் என்று தெரிந்தது. 21-ஆம் தேதி ஏற்காட்டில்தான் விஷயத்தைச் சொன்னார். நாங்கள் இருந்த இடத்தில் கடை கண்ணி எதுவும் கிடையாது. அது ஒரு மலை முகடு. சுற்றி வர மலைகள். கீழே குனிந்தால் அதல பாதாளம். எனக்கு உறங்குவதற்கு எந்நேரம் ஆனாலும் காலையில் விழித்து விடுவேன் என்பதால் 22-ஆம் தேதியும் ஆறு மணிக்கே எழுந்தேன். வெளியே குளிர் பின்னி எடுத்தது. எல்லோரும் உறங்கிக் கொண்டிருந்தார்கள். சரி, ஒரு நடை போய் விட்டு வரலாம் என்று கிளம்பினேன். அராத்துவுக்கு என்ன பரிசு தர முடியும்

என்று குழப்பமாக இருந்தது. காட்டுப் பூக்கள் மனசை அள்ளிக் கொண்டு போனது. ஒவ்வொரு பூவாகப் பறித்து சிறியதொரு பூங்கொத்தாக ஆக்கினேன். வந்து அவரது தலையணை அருகே வைத்து விட்டு வந்தேன். இதையே ஒரு பெண் செய்திருந்தால் அவரது பிறந்த நாள் இனிதே ஆகியிருக்கும். அவர் துரதிர்ஷ்டம்.

ஆனாலும் அவருக்கு அந்தப் பூங்கொத்து ஒரு மறக்க முடியாத அற்புத அனுபவத்தைக் கொடுத்து விட்டது. நான் கொடுத்த பூங்கொத்தில் ஒரே ஒரு பூ மட்டும் மிக அற்புதமான முறையில் வட்டம் வட்டமாக, அடுக்கு அடுக்காக - கிட்டத்தட்ட ஒரு *maze* மாதிரி - வடிவமைக்கப்பட்டிருந்தது. கடவுளின் அற்புதம். அதை அவர் கவனித்துச் சொன்னார்.

தொழிலதிபர்கள் பாரதி, அவரது தம்பி ராஜா, விஜி, ரமேஷின் பார்ட்னர் ஸ்ரீதர், சந்த்ரு என்று ஏகப்பட்ட நண்பர்கள் வந்திருந்தனர். சேலத்திலிருந்து சுரேஷ் (சு.ரா.) பலவிதமான பறப்பன, நடப்பன வகையறாக்களைத் தோல் உரித்துக் கொண்டு வந்திருந்தார். உயிரோடு கொண்டு வந்தால் எங்கள் எதிரே கொலை நடப்பதை நாங்கள் பார்த்தால் சாப்பிட மாட்டோம் என்பதால் தோல் உரித்தே கொண்டு வரச் சொன்னதாக அராத்து சொன்னார்.

மூன்று தினங்களும் பிரமாதமாக இருந்தது. சமையல் செய்தவர்கள் அருமையாகச் செய்தனர். ஒரே ஒரு விஷயத்தைத்தான் அடுத்தடுத்த சந்திப்புகளில் தவிர்க்க வேண்டும் என்று வலுவாக நினைத்துக் கொண்டேன். ஒருநாள் மாலை முன்னறிவிப்பு இல்லாமல் பத்துப் பதினைந்து பேர் வந்து விட்டனர். நான் விருந்தாளியாகவே இருந்தாலும் என்னைச் சந்திக்க புதிய நண்பர்களை அனுமதிப்பதில்லை. அதிலும் ஒரு நண்பர் 'இளையராஜா விஷயத்தை' வைத்து என்னை மடக்க வேண்டும் என்ற திட்டத்தில் நூறு கேள்விகளோடு வந்திருக்கிறார்.

வந்தவுடனேயே அவரை நாக்-அவுட் செய்து விட்டேன். "இளையராஜாவை விமர்சித்தேனா? நானா? எனக்கு அவரை ரெம்ப ரெம்பப் பிடிக்குமே? குணாவிலும் ஹே ராமிலும் அவர் மாதிரி வேறு யாரால் அப்படிப் போட முடியும்?"

இப்படி ஐந்து நிமிடம் பேசியதுதான் நாக்-அவுட். நான் மேலே எழுதியது பொய் அல்ல. நிஜம்தான். ஆனாலும் எனக்கு இளையராஜாவைப் பிடிக்காது. ஏனென்றால், அவரை விட

ஜாம்பவான்களெல்லாம் இங்கே இருந்திருக்கிறார்கள். அவர் பொன்மலை என்றால் இங்கே பல இமயங்கள் இருந்திருக்கின்றன. விஸ்வநாதன் ராமமூர்த்தி *duo*-வை என்னவென்று சொல்வது? ஒரு படம் என்றால் அதில் வரும் ஐந்து பாடல்களையும் சூப்பர் ஹிட் பண்ணுவார்கள். உதாரணம் *ஆனந்த ஜோதி, கர்ணன்*. கே.வி. மகாதேவனும் அப்படியே. இது போக, தியாகராஜ பாகவதர், பி.யு. சின்னப்பா போன்றவர்களின் படங்களுக்கெல்லாம் இசை அமைத்தவர்கள் யார்? இன்றைக்கு யாருக்காவது பெயர் ஞாபகம் இருக்கிறதா?

என்னைப் பலருக்கும் பிடிக்காமல் போனதற்குக் காரணம், நான் இளையராஜாவை விமர்சித்ததுதான் என்று தெரிகிறது. அதற்கு நான் ஒன்றும் செய்ய முடியாது. ஏனென்றால் உங்களுக்கு இளையராஜாவை மட்டுமே தெரியும். எனக்கோ உலக இசை உள்ளங்கையில். உதாரணமாக, மெட்டாலிகாவின் *Nothing Else Matters* என்ற இந்தப் பாடலைக் கேளுங்கள்.

http://www.youtube.com/watch?v=wUK2QmdUXas

இதைக் கேட்பதால்தான் என்னால் இன்னமும் 15 வயது இளைஞர்களோடு உரையாடிக் கொண்டிருக்க முடிகிறது. பன்னிரண்டாம் வகுப்பு மாணவர்கள் என் விசிறிகள். புத்தகம் அல்ல; இசை தான் எங்களை இணைப்பது.

ஓகே. இளையராஜா பற்றிக் கூட என்னோடு விவாதிக்கலாம். ஆனால் அதற்கு எனக்கு நீங்கள் கட்டணம் கொடுக்க வேண்டும். என் நேரத்தை என்னால் ஓசியில் தர முடியாது. அதிலும் முன் அனுமதி இல்லாமல், எனக்குத் தெரிந்த உங்கள் நண்பர்களின் துணை கொண்டு என்னை சந்திப்பதை அத்துமீறல் என்றே நான் கருதுகிறேன். திபுதிபுவென்று இருபது பேர் புதிதாக வந்ததும் நான் மிரண்டே போனேன். எங்கள் வாசகர் வட்டக் கூட்டங்களில் அப்படி ஒருவர் கூட புதிய நபராக அனுமதி இல்லாமல் வருவதில்லை. வருவதற்கு நாங்கள் அனுமதிப்பதில்லை.

ஒரே காரணம்தான். எழுத்து என்பது தமிழ்நாட்டில் மிக மிக மிக அதிக பட்ச தியாகத்தைச் செய்து செய்ய வேண்டிய பணியாக உள்ளது. ஒரு கொரில்லா நடவடிக்கை போல் என்று வைத்துக் கொள்ளுங்கள். கூலியே இல்லாத வேலை இது. எனவே, திடீர்

திடீரென்று முன் அனுமதி இல்லாமல் யாரையும் சந்திக்க அனுமதி கிடையாது. நண்பர்கள் இதைக் குறித்துக் கொள்ளவும்.

இன்னொரு விஷயம். ஓரிரு நண்பர்கள் எந்நேரமும் சளசளவென்று பேசிக் கொண்டே இருந்தனர். இது என்னை பாதிக்கவில்லை. எனக்கு எதுவுமே காதில் விழாது. எனக்கு மரங்களின் சப்தமும் மிருகங்களின் சப்தமும் மட்டுமே கேட்கும். மனிதர்களின் மொழியைக் கேட்க நான் ரொம்ப மெனக்கெடுவது கிடையாது. ஆனால் சில நண்பர்கள் இந்த இடைவிடாத மனித இரைச்சலால் மன உளைச்சலுக்கு ஆளானார்கள் என்று கேள்விப்பட்டேன்.

இந்த இரண்டு விஷயங்கள் தவிர, ஏற்காடு அனுபவம் அற்புதமாக இருந்தது. சேர்வராயன் பெருமாளை தர்சித்தேன்.

பல நண்பர்கள் ராஜா என்னைப் போலவே இருப்பார் என்றார்கள். பாரதியின் தம்பி. பார்க்க மட்டும் அல்ல; மற்றபடியும் என்னைப் போலவே என்றார்கள். நேரில் பார்த்ததும்தான் அது உண்மை என்று தெரிந்தது. நான் ரொம்ப கெட்ட வார்த்தை பேசுவேன். பழக்கம் இல்லாத நண்பர்கள் அதிர்ந்து விடுவார்கள். அது எங்கள் ஊர்ப் பழக்கம். நம் அம்மாவையும் அக்கா தங்கைகளையும் உறவு கொள்ள அழைத்து விட்டுத்தான் என்ன செய்தி என்றே விசாரிப்பார்கள். நான் அந்த அளவுக்குப் போவதில்லை. சும்மா பு, சு.வோடு சரி. ராஜா என்னையும் மிஞ்சி விட்டார். என்ன மயிர் பு... பேசுறே நீ? என்று யாரிடமோ பேச ஆரம்பித்தார்.

உடனே அராத்து, சார், அது மயிர் பு... இல்ல... பு... மயிர் என்று இலக்கணம் திருத்தினார்.

ஆனால் அப்புறம்தான் புரிந்தது... அவர் ஒவ்வொரு வார்த்தைக்குமே பின்னால் பு... போட்டார். இந்த எங்க அண்ணன் புண்ட இருக்கார்ல?

"இருக்கார்ல..." என்று என்ன மரியாதை பாருங்கள். ஆனால் அண்ணன் பு... அண்ணனுக்கே பு... போடுகிறார் என்றால் மயிருக்குப் பு... போட வேண்டாமா அராத்து என்று நான் விளக்கின பிறகுதான் அராத்து கொஞ்சம் சமாதானம் ஆனார். ஏனென்றால், அது அவர் ஏரியா. அங்கே இலக்கணப் பிழை வந்தால் அராத்து சும்மா இருக்க மாட்டார்.

இன்று பர்த்ருஹரி படித்துக் கொண்டிருந்தேன். ஒரு இடத்தில் சொல்கிறான்.

உன்னைப் பற்றி நினைத்தாலே தேகம் கொதிக்க ஆரம்பித்து விடுகிறது. நேரில் பார்த்தாலோ பைத்தியமே பிடித்து விடுகிறது. உன்னைப் போய் எப்படி நான் கண்ணே மணியே என்று கொஞ்சுவது?

★★★

ரௌத்ரம் பழகு...

ஒரு மனிதர் என்னை அவன் இவன் என்று ஒரு தொலைக்காட்சி விவாதத்தில் குறிப்பிட்டுத் திட்டிய போது அதை சிரித்துக் கொண்டே புறந்தள்ளி விட்டேன் என்பதை அந்த நிகழ்ச்சியைப் பார்த்தவர்கள் கவனித்திருப்பீர்கள். ஆனால் என்னுடைய அமைதி பலகீனம் அல்ல. மகாத்மா காந்தி அடிக்கடி சொல்வார் அல்லவா, அகிம்சை என்பது கோழைத்தனம் அல்ல என்று. அதைப் போல்தான் அமைதியும்.

என் எழுத்தைப் படித்தவர்களுக்கும் என்னோடு பழகியவர்களுக்கும் தெரியும், என்னைப் பாராட்டினால் பதிலுக்கு அவர்களைப் பாராட்ட மாட்டேன் என்று. பாராட்டத் தகுதி உடையவர்களாக இருந்தால் அவர்கள் என் எழுத்தை வெறுத்தாலும் பாராட்டுவேன். சுஜாதா என் எழுத்தை மலம் என்று சொன்னதால் சுஜாதாவின் எழுத்தை நான் திட்டவில்லை. அசோகமித்திரன் என் எழுத்து எதுவும் புரியவில்லை என்று சொல்லி நிராகரித்தார் என்பதற்காக அவரை நான் திட்டவில்லை. இதற்குக் காரணம் என்னவென்றால், என்னுடைய கர்வம்தான். நான் உன்னைப் பற்றி என்ன நினைக்க வேண்டும் என்பதை நீ தீர்மானிக்கலாகாது; அதை நான்தான் தீர்மானிக்க வேண்டும். என்னைப் பற்றி ஒருவர் கருத்து சொல்லி விட்டதாலேயே அவரைப் பற்றிய என் கருத்துக்கு அவருடைய

கருத்து ஆதாரமாகி விடக் கூடாது. நான் முதலில் என்னை நேசிக்கிறேன். அதுவே நான் நிதானமானவனாகவும் அதிக மனிதநேயம் உள்ளவனாகவும் இருக்கக் காரணம் ஆகிறது.

இவ்வளவு பெரிய ஆலாபனை எதற்கு என்றால், *ஸீரோ டிகிரி*யைப் பாராட்டி விட்டார் என்பதற்காக நான் தருண் தேஜ்பாலின் நாவல்களைப் பாராட்டவில்லை. அவருடைய *Alchemy of Desire* நாலு லட்சம் பிரதிகள் விற்றிருக்கிறது. ஆனால் அவரை இந்தியாவில் இன்னமும் ஒரு பத்திரிகையாளர் என்றே கருதி வருகிறார்கள். நானுமே அப்படித்தான் நினைத்துக் கொண்டிருந்தேன். தில்லி வந்தால் நேரில் சந்திப்போம் என்றார் தருண். சரி, ஒருவரை நேரில் சந்திப்பதற்கு முன்னால் அவருடைய ஒரு நாவலையாவது படித்து விட்டுப் போவேமே என்ற எண்ணத்தினால்தான் அவர் நாவலை வாங்கிப் படித்தேன். அது கூட ஒரு அவநம்பிக்கையோடுதான். ஏனென்றால், பிற துறைகளில் பிரபலமானவர்களின் இலக்கிய முயற்சிகளை பொதுவாக நான் ரசிப்பதில்லை. ஒரு நடிகருக்கு நாவல் எழுத ஆசை இருக்கிறது. இதேபோல் ஒரு டாக்டருக்கு, ஒரு அரசியல்வாதிக்கு, ஒரு விஞ்ஞானிக்கு எல்லாம் நாவல் எழுத ஆசை இருக்கிறது. அவர்களெல்லாம் எழுதினால் அதைப் படிக்க நான் ஆர்வம் கொள்ள மாட்டேன். நரசிம்ம ராவ் கூட ஒரு நாவல் எழுதியிருக்கிறார் என்று நினைக்கிறேன். சத்தியமாகப் படிக்க மாட்டேன். நம் கலாம் கூட ஏதோ ஒரு புத்தகம் எழுதி லட்சக்கணக்கில் விற்பதாகச் சொல்கிறார்கள். லட்ச ரூபாய் கொடுத்தாலும் அதைப் படிக்க மாட்டேன். ஆனால் தருணின் நாவலைப் படிப்பதற்கு முன்பாகவே பல காக்டெயில் இரவுகளில் சந்தித்து நீண்ட நேரம் உரையாடி இருக்கிறேன். எனக்கு மிகப் பிடித்த பத்திரிகையாளர். *தெஹல்கா*வின் முதல் பிரதியிலிருந்து நான் படித்து வருகிறேன். அது மட்டும் அல்ல; அதைப் பாதுகாத்தும் வருகிறேன். நான் வீடு மாற்றும் போதெல்லாம் என் பின்னால் லாரிகளில் வரும் புத்தகங்களோடு *தெஹல்கா* பிரதிகளும் உண்டு; அதோடு அந்தக் காலத்தில் கூபாவிலிருந்து வந்து கொண்டிருந்த *Granma* பிரதிகளும் உண்டு. இதற்காக அவந்திகாவின் தீராத பொல்லாப்பையும் சம்பாதித்து வைத்திருக்கிறேன்.

இந்த நிலையில்தான் *ஆல்கெமி*யைப் படிக்க எடுத்தேன். கொஞ்சமும் நம்பிக்கை இல்லை. மேலும், இந்திய ஆங்கில இலக்கியத்தின் மீது கடும் அதிருப்தி கொண்டவன் நான். ஆனால்

தருணின் ஆல்கெமியைப் படித்ததும் கடவுளைக் கண்டது போல் உணர்ந்தேன். இலக்கியத்தை விடுங்கள். என் வாழ்க்கையையே யாரோ பக்கத்திலிருந்து வேவு பார்த்து எழுதியது போல் இருந்தது. மிரண்டு போனேன். பிறகு, அவருடைய *Story of My Assassins* நாவலைப் படிக்க ஆரம்பித்தேன். இதன் நாயகனுக்கு இரண்டு மனைவிகள். இவனுக்கு ஒரு குருநாதரும் உண்டு. அவர் ஒரு துறவி. அந்தத் துறவி இவனிடம் பேசும் வார்த்தைகள் எல்லாம் கடவுளே நம்மிடம் பேசுவது போல் உள்ளது.

குரு அவனிடம் சொல்கிறார். நான் சொல்வதைக் கண்ணை மூடிக் கொண்டு பின்பற்றாதே. "உன்னிடம் ஒரு குவளையைக் கொடுத்து கடல் நீரைக் காலி செய் என்று சொன்னால் நீ என்ன செய்வாய்?" என்று அவனைக் கேட்கிறார். அவன் முழிக்கிறான். அவர் அப்படிச் சொல்வதன் மூலம் அவனுக்குப் பொறுமையைக் கற்றுத் தரவில்லை. ஒரு செயல் எவ்வளவு அர்த்தமற்றதாக இருக்கக் கூடும் என்பதையே அவர் அவனுக்குக் கற்பிக்கிறார். ஒரு முட்டாள் சீடன் தன் வாழ்நாள் முழுவதும் அந்தக் குவளையால் கடல் நீரை மொண்டு மொண்டு ஊற்றி விட்டுச் சாகிறான். ஆனால் புத்திசாலியான சீடனோ குவளையைத் தூக்கி எறிந்து விட்டு அறத்தை (*wisdom*) நோக்கிச் செல்கிறான். *The disciple must not only perform the task, he must also contemplate the task.*

Alchemy of Desire அதன் தலைப்பில் உள்ளது போலவே *desire* பற்றிப் பேசுகிறது. அதன் அடிநாதம், காமம். *The Story of My Assassins* அறம் பற்றிப் பேசுகிறது. இன்னும் நாவலை முடிக்கவில்லை. என் மேஜையின் மீது எல்லா புத்தகங்களின் மேலே வைத்திருந்தேன். எங்கள் வீட்டு பப்பு ஒரு ஞானி. ஆனால் ஸோரோ ஒரு குழந்தை. நான் கணினியில் டைப் செய்யும் போதும் படிக்கும் போதும் ஸோரோ என் காலடியிலேயே படுத்துக் கிடக்கும். பாத்ரூம் போனால் அதன் வாசலில் வந்து படுத்துக் கொள்ளும். பாத்ரூம் கதவைத் திறந்து கவனமாக அடியெடுத்து வைக்காவிட்டால் அதை மிதிக்க வேண்டியதுதான். நான் உறங்கும் போதும் நான் படுத்திருக்கும் கட்டிலின் அடியில் தரையில்தான் உறங்கும். குளிர்கிறது என்று சொல்லி அவந்திகா ஏர்கானை நிறுத்தி விட்டால் நான் வேர்த்துப் புழுங்கி மாடியிலிருந்து கீழே இறங்கி வந்து என் அறையில் படுப்பேன். ஸோரோவும் உடனே இறங்கி வந்து என் மெத்தையின் ஒரு ஓரத்தில் படுத்துக் கொள்ளும்.

கிட்டத்தட்ட என் உயிருள்ள நிழல். இப்போது காலை எட்டு மணிக்கு இதை டைப் செய்து கொண்டிருக்கும் போது கூட மேஜையின் கீழே என் கால்களின் மீதுதான் படுத்துக் கிடக்கிறது.

ஸோரோவுக்கும் பப்புவுக்கும் தோசை என்றால் ரொம்பப் பிடிக்கும். ஒருநாள் ஸோரோவுக்கான தோசையைப் போட்டு எடுத்துக் கொண்டு வந்த அவந்திகா அது கொஞ்சம் சூடாக இருந்ததால் மேஜையின் மேல் இருந்த *Story of My Assassins* மீது வைத்தாள். அவ்வளவுதான். அந்தத் தெருவுக்கே கேட்பது போல் கத்தினேன். வசவு என்றால் அப்படி ஒரு வசவு. கடைசியில் சொன்னேன், உன்னுடைய புனித நூலைப் போன்றது அந்தப் புத்தகம் என்று. ஒரு கிறிஸ்தவருக்கு விவிலியம் எப்படியோ அப்படி எனக்கு அந்தப் புத்தகம். தருண் கையெழுத்துப் போட்டு அனுப்பியதால் அல்ல. அந்தப் புத்தகத்தில் உள்ள அறம் என்னை அப்படி ஆக்கியது.

இன்னொரு சம்பவம். ஒருநாள் காலையில் அவந்திகா கோலம் போட்டுக் கொண்டிருந்த போது ஒருவன் அந்தக் கோலத்தை அழித்துக் கொண்டு என் வீட்டு வாசலில் வந்து காரை நிறுத்தினான். அவந்திகா மிகப் பணிவுடன் இங்கே நிறுத்த வேண்டாம் என்றாள். இது அரசாங்க இடம் என்றான். என்றாலும் எங்கள் காரை வெளியே எடுக்க முடியாமல் போகும் என்றாள் அவந்திகா. உடனே காரை எடுக்கப் போனவன் அவளைப் பார்த்து, “நீ சீக்கிரம் செத்துருவே” என்றான்.

நான் யோசிக்கவே இல்லை. ஓடிப் போய் அவன் முகத்தில் ஒரு குத்து விட்டேன். ரத்தம் வழிந்தது. என் உடலில் வலு இல்லாவிட்டாலும் நான் ஒரு பழைய குத்துச் சண்டைக்காரன். எங்கள் ஊரின் இரண்டு விளையாட்டுகளில் ஒன்று குத்துச்சண்டை. (இன்னொன்று, கால் பந்தாட்டம். அது எனக்குத் தெரியாது.) அந்தக் காலத்தில் ரவிச்சந்திரன் படங்களுக்கு ஸ்டண்ட் மாஸ்டராக இருந்த ஃபரீது காக்கா எங்கள் ஊரைச் சேர்ந்தவர்தான். இப்போது அங்கே குத்துச் சண்டை இல்லை. நிஜச் சண்டை நடந்து கொண்டிருக்கிறது. உடற்பயிற்சிக் கூடத்தில் மணல் மூட்டையைத் தொங்க விட்டு மணிக்கணக்கில் குத்திக் கொண்டே இருப்போம். மணல் மூட்டை முழுவதும் ரத்தக் களறியாக இருக்கும். உறங்கும் போது தெரியாமல் அவந்திகாவின் மீது கை போட்டு விட்டால்,

"ஐயோ மூச்சு முட்டுகிறது; என்னைக் கொல்லப் பார்க்கிறாய்" என்று கத்துவாள்.

என்னை வாடா போடா என்று சொன்ன போது சும்மா இருந்தவன் அவந்திகாவை ஒருவன் திட்டியதும் குத்தினேன். வெறும் திட்டா அது? கற்பழிப்பை விட மோசமான வன்முறை அது. அதனால்தான் ரத்தக் காயம் வர அடித்தேன்.

எந்த இடத்தில் மௌனமாக இருக்க வேண்டும் என்ற ஒரு கவனம் வேண்டும். இது பற்றியும் தருண் சொல்கிறார். அதே *Assassins* நாவல்தான். *Silence has to be a strategy; not a refuge. A weapon; not an escape.*

இந்தக் கட்டுரை தருண் பற்றியது அல்ல; பப்பு, ஸோரோ பற்றியதும் அல்ல. உதாரணத்துக்காக இழுத்துக் கொண்டேன். இந்தக் கட்டுரை, என் வாசகர்கள் பலர் வாசகர் வட்டத்தில் ஒரு முக்கியமான தருணத்தில் மிக மோசமான, அருவருப்பான அமைதி காத்தது பற்றியது.

ஏற்கனவே எழுதியிருக்கிறேன். தமிழ்நாட்டில் நீங்கள் யாரை வேண்டுமானாலும் விமர்சித்து எழுதலாம்; சினிமாக்காரர்களை விமர்சித்து விடக் கூடாது. ஏனென்றால், தமிழர்களுக்கு சினிமாக்காரர்தான் கடவுள். நான் அந்த இசையமைப்பாளர் பற்றி ரெண்டு வரி எழுதியதும் ரொம்பப் பேருக்குப் புடுங்கிக் கொண்டு விட்டது. அதனால் வாசகர் வட்டத்தில் நுழைந்து என்னைத் தாறுமாறாகத் திட்டியிருக்கிறார்கள் மூன்று பேர். அது விமர்சனம் அல்ல; திட்டு. வசை. *உனக்கு (ஆமாம், ஒருமையில்தான்) இசை பற்றி என்னா தெரியும்? என்னா கேட்ருக்கே நீ? எங்க ஆளு ஐரோப்பாவுல பிறந்து இருந்தா இந்நேரம் பீத்தோவனுக்கும் மேல போயிருப்பார் தெரியுமா? என்னா நீ சீன் காமிக்கிறியா?*

இந்த வசை வாசகர் வட்டத்தில் ஒரு நாள் முழுக்க இருந்துள்ளது. நான் கவனிக்கவில்லை. என் கணினி நேற்று வேலை செய்யாததால் எதேச்சையாக டேப்ளட் மூலம் பார்த்ததில் இந்த அசிங்கத்தைக் காண நேர்ந்தது. அட்மின்கள் என்ன செய்கிறார்கள்? செல்வகுமாருக்கு போன் செய்தேன். அவர் வட இந்தியாவில் இருந்தார். பார்க்கவில்லை. குமாருக்கு போன் போட்டேன். *Switched off.* இதில் வேடிக்கை என்னவென்றால், மூன்றாவது நபர் என்னைத் திட்டி எழுதியிருந்ததற்கு அட்மின் குமார் லைக் போட்டிருந்தார்.

அவர் மட்டும் அல்ல; நிர்மலும். அராத்துவை அழைத்துக் கேட்டேன். அவரும் அந்த அசிங்கத்தைப் பார்க்கவில்லை. இதைப் பார்த்த வாசகர்களும் எந்த எதிர்ப்பும் தெரிவில்லை. தருண் சொன்னது போல் *escape escape GREAT ESCAPE*. ஒருவர் கூட வாய் திறக்கவில்லை. எவனோ எவனையோ திட்டினால் நமக்கென்ன? ஒரே ஒருவர் மட்டும் வந்து எலிக்குஞ்சைப் போல் "இது நம்முடைய வாசகர் வட்டமா? அல்லது, வேறு இடமா?" என்று காமெண்ட் போட்டு விட்டு நழுவி விட்டார்.

ஏன்யா, நான் கேட்கிறேன். உன் தாயிடமோ, சகோதரியிடமோ, மனைவியிடமோ, மகளிடமோ ஒருவன் தவறாக நடந்து விட்டான். நீ என்ன செய்வாய்? இதைத்தான் நிர்மலிடம் கேட்டேன். கோபமாகக் கேட்டேன். அவர் சொன்னது, மூன்றாவது ஆள் உங்களைத் திட்டவில்லை. திட்டியவர்களைக் கிண்டல் செய்தார். அதனால் லைக் போட்டேன்.

ம்ஹூம். எனக்குத் திருப்தி இல்லை. "நான் உன் தாய் இல்லையா?" பத்து நிமிடம் நிர்மலிடம் நான் கத்தியது இதுதான். அவந்திகா பதற்றத்துடன் என் பக்கத்தில் வந்து அமர்ந்து விட்டாள். அவளுக்கு நான் அவளிடம் மட்டுமே கத்தலாம். வேறு யாரிடமும் நான் அந்த உரிமையை எடுத்துக் கொண்டு விடக் கூடாது.

நிர்மலிடம் பேசி முடித்து விட்டு, குமாரின் இன்னொரு நம்பரில் அழைத்தால் எடுத்தார். கேட்டேன். திட்டவே வழியில்லை. திட்டுவதற்குக் கூட நீங்கள் இடம் கொடுத்தால்தான் நடக்கும் நண்பர்களே. என் நண்பர் ஒருவர் அடிக்கடி என்னிடம் கேட்பார். நீ ஏன் என்னிடம் எப்போதுமே உண்மையே பேசுவதில்லை? அதற்கான இடத்தை அவர் என்றுமே எனக்குக் கொடுத்ததில்லை. எனவேதான் நான் அவரிடம் மட்டும் உண்மையைப் பேசுவதே இல்லை. அதே போல் திட்டுவதற்குக் கூட இடம் கொடுக்க வேண்டும். குமார் சொன்னதைக் கேட்டு எனக்கு வருத்தமே ஏற்பட்டது. அவர் அந்த வசவுகளை ஏச்சுகளைப் படிக்கவில்லை என்று சொல்லி விட்டார். அந்த வசவுகளைக் கிண்டல் செய்து ஒருவர் காமெண்ட் போட்டதற்கு லைக் போட்டாராம். அதிகபட்ச கவனக் குறைவு. என்னை ஏசியதைப் படிக்கவில்லை. ஆனால் அந்த ஏச்சைக் கிண்டல் செய்தவருக்கு லைக். எனக்கு லாஜிக் புரியவில்லை. சரி, குமார் என்று சொல்லி போனை வைத்து விட்டேன்.

என் கோபம், வருத்தம் எல்லாம் எதனால் என்றால், என்னைத் திட்டுபவன் தனியாக ப்ளாக் வைத்துக் கொண்டு செய்யட்டும். என்னைத் திட்டுவதற்கு இடமா இல்லை? என் வீட்டுக்குள் புகுந்து ஒருவன் எப்படிச் செய்யலாம்? அதை வாசகர் வட்டம் எப்படி அனுமதித்தது? யாருமே கவனிக்கவில்லை என்றால் இரண்டு முக்கியஸ்தர்களே எப்படி லைக் போட்டார்கள்? நானேதான் வாழ்நாள் பூராவும் என்னைக் காப்பாற்றிக் கொள்ள வேண்டுமா? நீங்கள் அனைவரும் வேடிக்கை பார்த்துக் கொண்டு சும்மா இருப்பீர்களா? உங்கள் மௌனம் வெறும் தப்பித்தல். எஸ்கேப்.

நிர்மலிடம் பேசி முடித்ததும் அவந்திகா சொன்னாள். *Wife* கிட்ட கத்தினா பரவால்ல. *Friends* கிட்ட கத்தினா *hurt* ஆகாதா?

Hurt ஆகக் கூடாது; ஏன்னா எனக்கு என் ஃப்ரெண்ட்ஸ் என் வைஃபை விட முக்கியம்.

இப்படி நீங்கள் உங்கள் மனைவியிடம் சொன்னால் என்ன ஆகும்? அவந்திகா பதில் ஒன்றும் சொல்லாமல் சிரித்தபடி போய் விட்டாள். ஏனென்றால், நான் சொல்வது உண்மை என்றும், அதன் ஆத்மார்த்தமான அர்த்தமும் அவளுக்குத் தெரியும்.

என் நண்பர்களே, உங்களுக்குத் தெரிகிறதா? தெரிந்தால் நான் பாக்கியசாலி.

நிர்மலிடம் பேசி விட்டு, *"Sorry for my outburst; don't mistake"* என்று ஒரு குறுஞ்செய்தி அனுப்பினேன். அனுப்பிய பிறகு 'என்ன இது, ஒருக்கணம் நிர்மலை நாம் அந்நிய ஆள் மாதிரி நினைத்து விட்டோம்; இந்தக் குறுஞ்செய்தியை அனுப்பியிருக்கக் கூடாது' என்று நினைத்தேன்.

இன்று காலை எழுந்ததும் நிர்மலின் இந்தக் கடிதம்:

சாரு,

இப்போதுதான் வெளியே போய்விட்டு வந்தேன், நீங்கள் போன் செய்யும் போது நான், எனது மனைவி, எனது தங்கை பிறகு குழந்தைகள் எல்லோரும் ஷாப்பிங் செல்லுவதற்காக வண்டியில் உட்கார்ந்திருந்தோம்.

போனை எடுத்ததும் சாரு, என்று சொல்லி வண்டியை விட்டு வெளியே வந்து பேசிக் கொண்டிருந்தேன். பேசி முடித்ததும்,

“என்னாச்சி, ஏதோ ஹெட்மாஸ்டரிடம் செம திட்டு வாங்கியது போல இருக்கிறாய்” என கேட்டார்கள். விபரம் சொன்னேன். சரி சரி இனியாவது ஒழுங்காகப் படித்துவிட்டு லைக் போடு என அட்வைஸ் செய்து முடித்துக் கொண்டார்கள். மேலும் இவ்வளவு பெரிய எழுத்தாளர், போன் செய்து பேசும் அளவுக்கு நெருக்கமா எனவும் சொல்லிக் கொண்டார்கள்.

உறவுகளின் செய்கைகள் எதிர்பாராத விதத்தில் அமையும் போது உரிமையோடு கேட்டுவிட வேண்டும், அதுவே உறவுகளை இன்னும் பலப்படுத்தும். நீங்கள் என்னை உரிமையோடு கேட்டது மிகவும் பிடித்திருந்தது. இதில் நிர்மல் எனும் பெயரை பார்த்ததும் எனக்கு போன் செய்தது சரியே, நமக்குப் பிடித்தவர் அல்லது விரும்புகிறவர் தவறு செய்யும் போது கண்டிப்பாக சுட்டிக் காட்டி விளக்க வேண்டும். எனது கோபம் என்னை நேசிப்பவர்களிடம் மட்டுமே வருகிறது. அதுதான் சரியெனவும் படுகிறது. அதுதான் நேசம் என்று அடிக்கடி எனது மனைவியிடம் சொல்லுவேன். டிவியில் சிலர் பேட்டியில் எனது கணவர் என் மீது ஒரு முறை கூட கோபப்பட்டது இல்லை என சொல்லக் கேட்டு வியந்திருக்கிறேன். அதெப்படி சாத்தியம் என இன்று வரை புரியவில்லை. இந்தப் புரிதல் கூட உங்களை வாசித்த பின்தான்.

உங்களைப் பற்றி எங்கு எழுதினாலும் மிகுந்த பயத்தோடுதான் எழுதுவேன் பேசுவேன். எந்தக் காரணத்தைக் கொண்டும் சாருவின் மனம் எரிச்சல் அடைந்து விடக் கூடாது என்பதில் எப்போதும் கவனமாக இருப்பவன். இதில் எப்படியோ தவறுதலாகப் போய்விட்டது.

இந்த இளையராஜா விஷயத்தில் ஜாக்கிரதையாக இருக்கவும், சிலர் உங்களை உராய்ந்து பார்கிறார்கள்.

உங்களின் இளையராஜா *vs* பாப் மார்லி ஓப்பிடுதலின் சாரம் புரிந்தவன் மட்டுமே உஙகளைப் புரிந்து கொள்ளமுடியும். பாப் மார்லியை நினைக்கும் போதெல்லாம் கண்ணீர் வருகிறது. அவன் பாடல்களில் இருக்கும் விடுதலை உணர்வு ஆன்மீகத்தை மிஞ்சுகிறது. இதெல்லாம் சொல்லித் தந்தது உங்கள் எழுத்துக்கள்தான்.

http://www.youtube.com/watch?v=VNkr86zZaP4

Reggae ஸ்டைலில் இல்லாமல் வெறும் கிட்டார் இசையில் மார்லியின் இந்த *Redemption* பாடலை தினம் காரில் கேட்டுவிடுகிறேன். இது அவன் இறப்பதற்க்கு முன் எழுதிய கடைசி பாடலாம். எவ்வளவு தீர்க்கமான வரிகள். நீங்கள் மகாபலிபுரத்தில் வைத்து சொன்னதுதான், "அடிமைத்தனத்திலிருந்து வெளியே வருவது என்பது அடுத்தவனை அடிமைபடுத்துவதாக இருக்க கூடாது. அது இந்த பாடலில் அப்படியே வருகிறது - இதுவே மிகச்சிறந்த ஞானமாகக் கருதுகிறேன்."

Emancipate yourselves from mental slavery;
None but ourselves can free our minds.

cheers
Nirmal M

ஒரு முக்கிய விஷயம். நிர்மல், அப்படியெல்லாம் நீங்கள் என் கோபம் பற்றிப் பதற்றம் அடைய வேண்டாம். நார்மலாக இருங்கள். அப்போதுதான் தவறு நடக்காது. இன்னொன்று, என் கோபம் என்பது ஒன்றுக்குப் போவது மாதிரிதான். பை காலியானதும் சாதாரணமாகி விடுகிறோம் அல்லவா; அப்படித்தான் எனக்குக் கோபம். அந்தக் கணத்தோடு முடிந்து விடும். மூட் அவுட் என்பதே என் வாழ்க்கையில் கிடையாது. ஆனால் இது பரவாயில்லை. கோபம்தான் எனக்கு டாய்லட் போவது மாதிரி. பல கோடி இந்தியருக்குக் காமமே டாய்லட் மாதிரி இருக்கிறது. *Poor guys... they just empty it in a hole and go away...*

★★★

சாரு நிவேதிதா

18.12.1953இல் திருவாரூர் மாவட்டத்தில் திருத்துறைப்பூண்டிக்கு அருகில் உள்ள இடும்பாவனம் என்ற ஊரில் பிறந்தார். வளர்ந்ததும் பள்ளிப் படிப்பும் நாகூரில். கல்லூரிப் படிப்பு காரைக்கால், தஞ்சாவூர், திருச்சி. கல்லூரிப் படிப்பை முடிக்கவில்லை. சென்னையில் ஒரு ஆண்டு சிறைத்துறையில் எழுத்தர் பணி. 1978இலிருந்து 1990 வரை தில்லி நிர்வாகம் - சிவில் சப்ளைஸ் துறையில் ஸ்டெனோ. பின்னர் பன்னிரண்டு ஆண்டுகள் தமிழ்நாடு அஞ்சல் துறையில் பணி. 2002இலிருந்து முழுநேர எழுத்து.

இகனாமிக் டைம்ஸ் நாளிதழின் அகில இந்தியப் பதிப்பில், 2001 - 2010 என்ற பத்தாண்டுகளின் சாதனையாளர் பட்டியலில் தமிழகத்திலிருந்து இடம் பெற்ற இரண்டு பேர்களில் ஒருவர் சாரு நிவேதிதா.

இவரது நாவல் ‘ஸீரோ டிகிரி’ Jan Michalski சர்வதேசப் பரிசுக்குப் பரிந்துரைக்கப்பட்டது. ஹார்ப்பர் காலின்ஸ் தொகுத்த, இந்தியாவின் ஐம்பது முக்கிய புத்தகங்களில் ஒன்றாகவும் தேர்ந்தெடுக்கப்பட்டது.

ஆங்கிலப் பத்திரிகைகளில் இவர் எழுதும் கட்டுரைகள் சர்வதேச அளவில் கவனம் பெற்றவை. லண்டனிலிருந்து வெளியாகும் PS Publication-இன் Exotic Gothic தொகுதியில் இவரது Diabolically Yours என்ற பேய்க்கதை ஆங்கிலத்தில் வெளியாகி உள்ளது. தற்சமயம் லண்டனிலிருந்து வெளிவரும் ArtReview Asia என்ற பத்திரிகையில் தொடர் கட்டுரை எழுதி வருகிறார்.

இவரது எழுத்தை ஆங்கில விமர்சகர்கள் விளதிமீர் நபக்கோவ், வில்லியம் பர்ரோஸ், கேத்தி ஆக்கர் போன்ற எழுத்தாளர்களோடு ஒப்பிடுகிறார்கள். உலகின் முக்கியமான transgressive வகை எழுத்தாளர்களில் ஒருவராகக் கருதப்படுகிறார் சாரு நிவேதிதா. தற்போது சென்னையில் வசிக்கிறார்.

ஆசிரியரின் பிற நூல்கள்

நாவல்

1. எக்ஸிஸ்டென்ஷியலிஸமும் ஃபேன்சி பனியனும்
2. ஸீரோ டிகிரி
3. ராஸ லீலா
4. காமரூப கதைகள்
5. தேகம்
6. எக்ஸைல்
7. நான்தான் ஔரங்ஸேப்...
8. அன்பு: ஒரு பின்நவீனத்துவவாதியின் மறுசீராய்வு மனு
9. பெட்டியோ

ஆங்கிலத்தில் கிடைக்கும் நூல்கள்

1. Zero Degree - Novel
2. Marginal Man - Novel
3. Morgue Keeper - Selected Short Stories
4. Unfaithfully Yours - Collection of Articles
5. Towards a Third Cinema
6. To Byzantium: A Turkey Travelogue
7. Conversations with Aurangzeb : A Novel
8. Atonin Artaud: The Body of a Rebel (Play)

சிறுகதைத் தொகுப்பு

1. கர்னாடக முரசும் நவீன தமிழ் இலக்கியத்தின் மீதான ஓர் அமைப்பியல் ஆய்வும்
2. நேநோ
3. மதுமிதா சொன்ன பாம்பு கதைகள்
4. ஷேக்ஸ்பியரின் மின்னஞ்சல் முகவரி
5. ஊரின் மிக அழகான பெண் (மொழி பெயர்ப்புச் சிறுகதைகள்)
6. முத்துக்கள் பத்து (தேர்ந்தெடுத்த சிறுகதைகள்)
7. Diabolically Yours - Exotic Gothic Vol-2 இல் வெளிவந்த சிறுகதை
8. இன்ஸ்பெக்டர் செண்பகராமனும் திருவல்லிக்கேணி டாஸ்மாக்கும்

நாடகம்

ரெண்டாம் ஆட்டம்

அந்தோனின் ஆர்த்தோ: ஒரு கிளர்ச்சிக்காரனின் உடல்

கட்டுரைத் தொகுப்பு

1. கோணல் பக்கங்கள் - பாகம் 1
2. கோணல் பக்கங்கள் - பாகம் 2
3. கோணல் பக்கங்கள் - பாகம் 3
4. கலகம் காதல் இசை
5. வாழ்வது எப்படி?
6. எனக்குக் குழந்தைகளைப் பிடிக்காது
7. தீராக் காதலி
8. கனவுகளின் மொழிபெயர்ப்பாளன்
9. கடவுளும் நானும்
10. மூடுபனிச் சாலை
11. ஆஸாதி... ஆஸாதி... ஆஸாதி...
12. தப்புத் தாளங்கள்
13. வரம்பு மீறிய பிரதிகள்
14. தாந்தேயின் சிறுத்தை
15. கடவுளும் சைத்தானும்
16. கலையும் காமமும்
17. மலாவி என்றொரு தேசம்
18. கெட்ட வார்த்தை
19. மனம் கொத்திப் பறவை
20. எங்கே உன் கடவுள்?
21. கடைசிப் பக்கங்கள்
22. பழுப்பு நிறப் பக்கங்கள் (பாகம் - 1)
23. பழுப்பு நிறப் பக்கங்கள் (பாகம் - 2)
24. பழுப்பு நிறப் பக்கங்கள் (பாகம் - 3)
25. சரசம் சல்லாபம் சாமியார்
26. வேற்றுலகவாசியின் டயரிக் குறிப்புகள்
27. நிலவு தேயாத தேசம்
28. மழையா பெய்கிறது?
29. மெதூஸாவின் மதுக்கோப்பை
30. நாடோடியின் நாட்குறிப்புகள்
31. கனவு, கேப்பச்சினோ, கொஞ்சம் சாட்டிங்... - தொகுதி - 2
32. திசை அறியும் பறவைகள்
33. வரம்
34. அ-காலம்
35. பூச்சி தொகுதி - 1
36. பூச்சி தொகுதி - 2
37. வால்ட்டேரை எப்படி நாம் கைது செய்ய முடியும்?

கவிதை

1. ஸ்மஷான் தாரா
2. சொர்க்கம், நரகம் மற்றும் ஒரு கால்ஃப் மைதானம்

சினிமா

1. லத்தீன் அமெரிக்க சினிமா - ஓர் அறிமுகம்
2. சினிமா: அலைந்து திரிபவனின் அழகியல்
3. சினிமா சினிமா
4. நரகத்திலிருந்து ஒரு குரல்
5. கனவுகளின் நடனம்
6. ஒளியின் பெருஞ்சலனம்

கேள்வி - பதில்

1. அருகில் வராதே
2. அறம் பொருள் இன்பம்

நேர்காணல்

1. ஒழுங்கின்மையின் வெறியாட்டம்
2. இச்சைகளின் இருள்வெளி (நளினி ஜமீலாவுடன் ஒரு உரையாடல்)
3. அந்நியனுடன் ஓர் உரையாடல்

இணையதளம்

www.charuonline.com
www.charunivedita.com

www.ingramcontent.com/pod-product-compliance
Lightning Source LLC
LaVergne TN
LVHW100313051026
849517LV00006B/2280
* 9 7 8 9 3 9 0 8 8 4 6 3 6 *